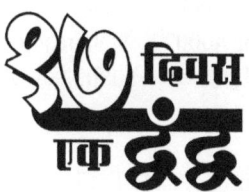

D9900313

३७ दिवस एक द्वंद्व

डॉ. ऋषिकेश जाधव

Become Shakespeare.com

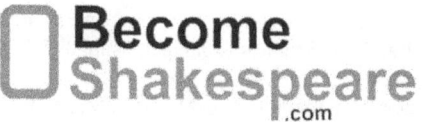

First Published in 2021

Becomeshakespeare.com
One Point Six Technologies Pvt. Ltd.
119-123, 1st Floor, Building J2, B - Wing,
Wadala Truck Terminal, Wadala East,
Mumbai 400022, Maharashtra, INDIA
T: +91 8080226699

ISBN - 978-93-5438-841-5

Cover Design by : Mr. Pradeep Panjare,
Rainbow Graphics, Kolhapur, Mob. 8975214505

Author's Photograph on Cover : Mr. Makarand Mandre,
Venkatesh Photographics, Kolhapur Mob. 9552916282

मृत्यूच्या मार्गावरून सुरु असणाऱ्या माझ्या जीवनातील अत्यंत वेदनादायी प्रवासामध्ये सावलीप्रमाणे मला साथ देऊन माझे मनोधैर्य खचू न देणारी माझी पत्नी **डॉ. सौ. श्रद्धा** आणि याच प्रवासात ज्याचा निरागस चेहरा मला आयुष्याची कास घट्ट पकडून ठेवण्यासाठी प्रेरित करत होता तो माझा चार वर्षांचा मुलगा **शुभंकर**.................
.................................**या दोघांना सप्रेम... !**

मनोगत

काही प्रसंग आयुष्य मूलतः बदलून टाकतात तर काही प्रसंगामुळे आयुष्याची खरी किंमत आपल्याला कळते. माझ्या आयुष्यातील हे १७ दिवस असेच होते. जीवन आणि मृत्यूच्या सीमेवरील एक अनाहूत द्वंद्व, ज्याने माझ्या सर्व समजुती आणि मान्यता अमुलाग्रपणे बदलून टाकल्या. आयुष्याकडे बघण्याचा एक नवा दृष्टिकोन याच सतरा दिवसांनी मला दिला. मृत्यूदायक वेदनांचा प्रवास करत असताना एक युद्ध शरीरामध्ये सुरू होते तर दुसरं मनामध्ये ! आयुष्य असे संपणार असेल तर आपल्या पाठीमागे आपल्या कुटुंबाचं भवितव्य काय? भविष्याची कसलीही तरतूद करण्यात आलेले अपयश ही बोचणी देखील मनाला होतीच. मग ज्यांची जबाबदारी आपल्यावर आहे त्यांना असे अर्ध्या वाटेवर सोडून जाण्याच्या कल्पनेनंच भावनांचा जो कल्लोळ सुरू होतो तो शब्दबद्ध करण्याचा एक छोटासा प्रयत्न मी या पुस्तकाच्या माध्यमातून केला आहे. अर्थात काही वेदना शब्दात मांडू शकत नाही हेच खरं ! मृत्यूशय्येवर असताना जेव्हा एकटेपणाची भावना तीव्र होऊ लागली आणि परतीचे मार्ग बंद होताना दिसू लागले तेव्हा निराशेच्या गर्तेतून प्रसवलेले माझे काव्य हेच माझ्यासाठी नवी उमेद निर्माण करायचे साधन बनून गेले. यातीलच एक हिंदी नज़्म या पुस्तकाच्या निमित्ताने आपल्या सर्वांसमोर ठेवण्याचा मोह मी आज आवरू शकत नाही. कदाचित यातून माझ्या शारीरिक वेदना आणि मनातील भावनांचा कल्लोळ मी आपल्यासमोर मांडू शकेन...

अस्पताल का ये कमरा और मैं...
न जाने क्या रिश्ता हैं
एक पलंग हैं जिसपर लेटे रहना जरूरत हैं मेरी...
एक कुर्सी जो अक्सर मुझे उठकर बैठने का न्यौता देती हैं....
एक मेज जो दवाइयों से भरी पड़ी
मेरे ठीक होने का इंतजार कर रही हैं...
एक टेलीविजन जिसे शुरू करने तक की ताकत नहीं हैं मुझमें...
वहीं अक्सर मुझमें झाँका करता हैं...
और कुछ न हासिल हो मायूस हैं शायद...
एक ऑक्सीजन की मास्क लगाए तकता रहता हूँ
अपनी तन्हाई से बाहर...
न जाने कितने दिन, कितने घंटे, कितने पल...
क्या फ़र्क पड़ता हैं...
एक पंखा लटका पड़ा हैं छत पर
उसे चलाने की मैं सोच भी नहीं सकता...
और एक कोने में से झाँकता सीसीटीवी कैमरा
शायद कोई हैं जो हरपल मुझपर नजर रखें हैं...
सुना हैं कोई हैं इस कमरे में
जो हरपल मेरे हौसले पस्त करना चाहता हैं...
लेकिन मैं ऐसा होने नहीं दूँगा...
मुझे अब यकीन हैं उस दरवाजे पर
जो हरपल मुझे विश्वास दिलाता हैं कि
बाहर एक बेमिसाल दुनिया
मेरा इंतजार कर रही हैं...
मेरे बाहर निकलने का एक रास्ता
मेरे सामने हरपल खुला नजर आता हैं...
कई दोस्त, हमसफ़र, रिश्तेदार
जुटे हुए हैं हौसला अफ़जाई में...
मेरे वापस आने की हर मुमकिन कोशिश करते...

आज हर कोई दुआ कर रहा हैं सलामती की मेरी....
सोचता था कि कुछ नहीं कमाया...
लेकिन मैं गलत था...

अस्पताल के इस कमरे में...
आज अपने आपको तनहा नहीं पाता...

सुना हैं बाहर अँधेरा गहरा हैं अब...
सुना हैं एक नई सुबह का आगाज़ होने वाला हैं...

अत्यंत विपरीत परिस्थितीमध्ये स्वतःशी साधलेला संवाद जसा महत्त्वाचा ठरतो त्याचप्रमाणे आपल्यासाठी प्रार्थना करणाऱ्या प्रत्येक व्यक्तीची सद्भावनादेखील तितकीच महत्वपूर्ण असते. याच काळात माझ्यावर प्रेमाचा वर्षाव करणारे माझे सर्व मित्र, नातेवाईक, सहकारी आणि स्वतः कोविड पॉझिटिव्ह असतानाही माझे मनोबल मोडून पडू नये यासाठी सर्वार्थाने खंबीर पाठराखण करणारी माझी भार्या सौ. श्रद्धा, या सर्वांचे ऋण मी कोणत्याही शब्दात व्यक्त करू शकत नाही.

माझ्या पाठीमागे चार वर्षांच्या मुलाला घेऊन एका खोलीमध्ये विलगीकरणात राहणाऱ्या माझ्या पत्नीचे मनोबल स्थिर राहावे म्हणून दूर असूनही रोज फोनवर कित्येक तास स्वतःचे काम सोडून तिच्याशी संवाद साधणाऱ्या, तिला धीर देणाऱ्या डॉ. स्नेहा खाडिलकर, डॉ. प्रियांका पटाडे, सौ. मेघा कोदे, डॉ. शमीम जमादार तसेच माझ्या प्रकृतीची सातत्याने चौकशी करणारे आणि माझ्यावर सुरू असणाऱ्या उपचारांचा सातत्याने आढावा घेत कोणत्याही क्षणी आवश्यकता भासल्यास कोल्हापूरमध्ये येण्याची तयारी ठेवणारे माझे स्नेही डॉ.

निलेश कोदे, डॉ. श्रीराम खाडिलकर, डॉ. माधव पटाडे, डॉ. समीर जमादार या सर्वांचे माझ्या जीवनातील स्थान किती महत्वपूर्ण आहे, हे देखील शब्दांत वर्णन करणे अशक्यच आहे. या सर्वांचे आभार मानणे त्यांच्या प्रेमाचा आणि स्नेहाचा अवमान केल्यासारखे होईल त्यामुळे ही चूक मी आज करू इच्छित नाही.

माझी मानसिक स्थिती नियंत्रित राहावी, मी घाबरून जाऊ नये म्हणून सातत्याने विचारपूस करून माझे मनोधैर्य वाढवणारे माझे गुरुतुल्य, पितृतुल्य स्नेही डॉ. सुनिल पाटील; तसेच माझ्या प्रकृतीत सुधारणा व्हावी आणि उपासनेचे बळ वाढावे यासाठी प्रयत्नशील असणारे माझे मामा, सुधीर बाखरे; त्याचबरोबर मला आवश्यक सर्व वस्तू अगदी कोविड वॉर्ड मध्ये पोहोच करणारा आणि त्या भयानक वातावरणात स्वतःच्या प्रकृतीची काळजी न करता हॉस्पिटलच्या सर्व फॉर्मालिटी पूर्ण करण्यासाठी धावपळ करणारा माझा छोटा भाऊ सूरज आणि माझे मित्र वरुण मोरुसे; माझ्यासाठी सातत्याने प्रार्थना करणारे माझे सर्व रुग्ण, या सर्वांचे आभार व्यक्त करणे हादेखील त्यांच्या स्नेहाचा अवमान ठरेल.

हॉस्पिटलमध्ये असताना माझी अवस्था पाहून ज्यांना अश्रू अनावर झाले ते माझे सासूसासरे डॉ. प्रकाश भुजबळ आणि सौ. विजया भुजबळ यांच्या अश्रुंचे मोल मी कधीच फेडू शकत नाही. तसेच माझ्या गरजेसाठी क्षणाचाही विलंब न करता आर्थिक मदत उभी करणारे आणि माझ्या प्रकृतीत सुधारणा व्हावी म्हणून साई चरित्राचे पारायण करणारे माझे मेव्हणे डॉ. साईश भुजबळ ज्या कर्तव्य तत्परतेने आणि प्रेमाने हे सर्व करत होते त्यांचे योगदानही अनमोल असेच आहे.

हॉस्पिटलमधील ट्रीटमेंट घेत असतानाही माझी ढासळत चाललेली प्रकृती पाहून अस्वस्थ झालेले व मला त्याबरोबर होमिओपॅथी औषधोपचार उपलब्ध करून देण्यासाठी सर्वार्थाने प्रयत्नशील असलेले

डॉ. प्रदीप पवार; तसेच पवार सरांच्या एका फोन कॉलवर रात्री उशिरा माझ्यासाठी औषधे उपलब्ध करून देणारे आणि माझ्या पत्नीचे मनोबल वाढावे म्हणून प्रयत्नशील असणारे, डॉ. प्रवीण मत्तीवडे यांचे आभार तरी मी कोणत्या शब्दांत मांडू शकणार आहे? त्यांच्याही ऋणात राहणेच मी पसंत करेन.

मी कोविड पॉझिटिव्ह आहे हे समजल्यापासून मी पूर्ण बरा होऊन घरी येईपर्यंत माझ्यासाठी सर्वार्थाने झटणारे माझे आई वडील, माझा भाऊ उत्कर्ष, वहिनी सायली, आणि माझी अवस्था पाहून गहिवरून गेलेले माझे इतर सर्व नातेवाईक यांचे माझ्या जीवनातील स्थान नक्कीच अढळ असेच आहे. या सर्वांच्या प्रेमाचा वर्षाव इतका मोठा होता की ज्याच्या जोरावर मृत्यूशी दोन हात करून मी सुखरूप परत आलो.

मृत्यूच्या दारातून जीवनाच्या प्रवासात मला खेचून आणणारा, माझ्या चार वर्षांच्या मुलाचा निरागस चेहरा मी कधीच विसरू शकत नाही. मी त्याला फक्त इतकंच सांगेन की, 'शुभंकर, बाळा तू मला परत आणलंस!'

शेवटी मी इतकंच म्हणेन की, ज्यांनी प्रत्यक्ष अथवा अप्रत्यक्षपणे माझ्यासाठी प्रार्थना केली आणि विस्तारभयाने मी ज्या सर्व स्नेही व नातेवाईकांचा उल्लेख इथे करू शकलो नाही त्या सर्वांचा मी आजन्म ऋणी राहीन. माझ्या जीवनातील आपल्या सर्वांचे स्थान शुक्रताऱ्याप्रमाणे अढळ राहील.

'१७ दिवस : एक द्वंद्व' हा प्रवास पुस्तकरूपाने छापणे, ई बुक प्रकाशित करणे आणि संपूर्ण जगामध्ये मराठी वाचकांपर्यंत हे पुस्तक पोहोचविण्याची जबाबदारी घेणाऱ्या becomeshakespeare.com या प्रकाशन संस्थेचे मी विशेष आभार मानतो. या पुस्तकाचे पहिले वाचक बनून माझा उत्साह द्विगुणित करणारे आणि आपल्या अत्यंत

व्यस्त दिनचर्येमधून विशेष वेळ काढून या पुस्तकासाठी अपारंपारिक पण हृदयस्पर्शी प्रस्तावना लिहिणारे सुप्रसिद्ध लाईफ कोच डॉ. प्रदीप पवार सर यांचे मी विशेष आभार मानतो. त्यांच्या सुहृदय प्रस्तावनेमुळे माझ्यासारख्या नवोदित लेखकाच्या पुस्तकाचा दर्जा नक्कीच वाढला आहे.

माझ्या आयुष्याला कलाटणी देणारा हा १७ दिवसांचा प्रवास वाचकांना हेलावून तर सोडेलच पण त्याचबरोबर यातूनच एक प्रेरणादायी पर्व सुरू होईल अशी अपेक्षा करतो.

डॉ. ऋषिकेश जाधव

दि. १४ फेब्रुवारी २०२१, कोल्हापूर.

प्रस्तावना

बऱ्याच वर्षांपूर्वीचा एक प्रसंग मला आठवला. कोल्हापूरच्या शाहू स्मारक भवन येथील कला दालनात एक तैलचित्रांचं प्रदर्शन लागलं होतं. सहज म्हणून मी ते बघायला गेलो होतो. प्रदर्शनामध्ये बहुतेक सर्व चित्रे अमूर्तच होती. त्यामुळे सर्व दालनामध्ये वेगवेगळ्या रंगांची उधळण झाल्यासारखे भासत होते. मी माझ्या पद्धतीने एक - एक चित्र बघत पुढे चाललो होतो. इतक्यात माझं लक्ष कोपऱ्यातील एका चित्राकडे एकसारखे टक लावून बघत असलेल्या पाठमोऱ्या उभ्या एका व्यक्तीकडे गेले. सुरुवातीला मी काही त्याची फार नोंद घेतली नाही पण माझी सर्व चित्रे बघून झाल्यानंतरही ज्यावेळेस ती व्यक्ती तिथेच उभी असलेली मी पहिली तेव्हा मात्र मला जरा आश्चर्य वाटले. आणखीन थोडा वेळ मी पुन्हा एकदा एक फेरी मारायची ठरवली आणि ती व्यक्ती उभी होती तिथेपर्यंत गेलो, तर ती व्यक्ती वळली. बघतोय तर काय? ती व्यक्ती म्हणजे साक्षात रवींद्र मेस्त्री.

बाबूजींचा मी लहानपणापासूनच चाहता होतो. मी केलेलं एखादं पेंटिंग किंवा शिल्प, मी अगदी कॉलेजमध्ये असल्यापासून त्यांना

दाखवायला न्यायचो आणि ते त्यावर मला मार्गदर्शन करायचे. एखाद्या चित्रांच्या प्रदर्शनात रवींद्र मेस्त्री यांच्यासारखी एवढी मोठी व्यक्ती येईल असं मला वाटलंही नव्हतं. मला बघताच बाबूजींनी माझ्या खांद्यावर हात ठेवत माझी चौकशी केली आणि बोलत बोलत आम्ही दालनाच्या बाहेर आलो.

माझं बघून झालंय, तू आणखी काही बघणार आहेस? बाबूजींनी मला विचारलं. मी नाही म्हणालो तसं आम्ही पुढे चालू लागलो. एक प्रश्न जो मला पडला होता तो धीर करून मी बाबूजींना विचारायचा ठरवला आणि म्हणालो, बाबूजी, मला एक प्रश्न आहे. मी बघितलं की तुम्ही कितीतरी वेळ एकाच पेंटिंगकडे टक लावून पाहत होता. तुम्ही नेमकं काय पाहत होता?

बाबूजींनी माझ्याकडे बघितलं आणि म्हणाले, प्रदीप, चित्रं आपल्याशी बोलत असतात, आपल्याशी संवाद साधत असतात. जे लोक नुसती चित्र पहायला येतात त्यांच्या हे कदाचित लक्षात येत नाही... पण जे लोक चित्र अनुभवायला येतात ते त्या चित्राशी एकरूप होतात. ते चित्र मग आपल्या अंतरंगातील एखादा भाव जागृत करते. आपल्यात एखादी संवेदना निर्माण होते आणि मग आपण त्या संवेदनेच्या तरंगांवर अलगदपणे तरंगत एका वेगळ्या आयामामध्ये प्रवेश करतो...आणि त्याच वेळेस आपल्याला ते चित्र खऱ्या अर्थाने अनुभवता येतं.

या प्रसंगाचा या ठिकाणी संदर्भ देण्याचं कारण इतकंच की, ऋषिकेशने लिहिलेले १७ दिवस : एक द्वंद्व हे पुस्तकही त्याच श्रेणीतील आहे. हे पुस्तक जर नुसतं एक भाववर्णन म्हणून वाचायला गेलात तर या पुस्तकाची अनुभूतीच घेता येणार नाही. हे पुस्तक नुसतं वाचायचं नसून अनुभवण्याचं आहे असं मला वाटतं.

मृत्यू ज्यावेळेस आपल्या दाराशी उभा असतो, त्यावेळेस जिवंत असण्याच्या आणि मृत्यूच्या मधलं अंतर अनुभवणं नेमकं काय आणि

कसं असू शकतं हे ऋषिकेशने अशा प्रकारे मांडलेलं आहे की वाचकाला देखील त्या घालमेलीची अनुभूती आल्याशिवाय राहत नाही. ऋषिकेशचा हा १७ दिवसांचा प्रवास फारच 'डार्क' आहे, पण त्याच्या झगड्याच्या पहिल्या दिवसापासून ते अखेरपर्यंत या काळ्याकुट्ट अंधाराच्या भोवती असलेली चंदेरी किनार आपलं अस्तित्व दाखवल्याशिवाय राहत नाही.

हे पुस्तक वाचत असताना अनेकवेळा मला व्हिक्टर फ्रँकलच्या 'मॅन्स सर्च फॉर मिनींग' या पुस्तकाचा स्पर्श झाला. दुसऱ्या महायुद्धाच्या दरम्यान कॉन्सन्ट्रेशन कॅम्पमध्ये अडकलेला आणि प्रत्येक दिवशी मृत्यूला स्पर्श करत जगणाऱ्या व्हिक्टरची अवस्था जी झाली होती, तशीच अवस्था इथं संदर्भ वेगळा असला तरीही अनुभवायला मिळते.

१७ दिवस म्हणजे ऋषिकेशच्या आयुष्यातील भयावह दिवसांचं नुसतं वर्णन नाहीये तर त्या मरणप्राय यातनांमध्ये त्याला काय गवसत गेलं याची अनुभूती आहे. काही काही पानांवर तर त्यानं मांडलेलं आत्मज्ञान हे वाचन थांबवून चिंतन करायला लावतं... अंतर्मुख व्हायला लावतं आणि ही काळकोठडी कशी त्याच्या गाभ्याशी असलेल्या आत्मप्रकाशाला प्रज्वलित करते याचं दर्शन घडवते.

एकूण काय तर हे १७ दिवस तुम्हाला एका अंधाऱ्या बोगद्यामध्ये घेऊन जातात पण बोगद्यामध्ये चमकणारे काजवे तुम्हाला बोगद्याच्या अखेरीस असलेल्या तेजापर्यंत मार्ग दाखवत राहतात.

तेच काजवे वाचकांच्याही अंतःकरणामध्ये चमकावेत आणि त्यांना ऋषिकेशने अनुभवलेल्या आत्मदर्शनाचा स्पर्श व्हावा हीच मनोमन इच्छा.

डॉ. प्रदीप पवार

कोल्हापूर

अनुक्रमणिका

चकवा

जेव्हा एखादं दुःख विश्वव्यापक बनतं तेव्हा त्याची बोचरी किनार नेहमी आपल्याच बाजूला आहे असं वाटून जातं. जेव्हा संपूर्ण समाज समदुःखी असतो तेव्हा प्रत्येकाच्या वेदनांमध्ये आपण आपल्या वेदनांची अनुभूती घ्यायला लागतो.

चकवा

नियतीचं दान कुणाच्या पारड्यात काय पडेल हे सांगणं तसं कठीणच असतं, किंबहुना अशक्य ! आपण फक्त साक्षीदार असतो घडणाऱ्या प्रत्येक घटनेचे ! जे काही आपल्या पारड्यात पडले आहे ते स्वीकारण्याशिवाय दुसरा काहीच पर्याय आपल्याकडे नसतो. पण एका अनामिक क्षणी हेच दान नाकारण्याची, याचा अस्वीकार करण्याची आणि नियतीच्या विरोधात जाऊन आपल्या अस्तित्वासाठी झगडण्याची एक संधी आयुष्य आपल्याला देत असतं. ज्याने हा क्षण घट्ट पकडून ठेवला तो आपलं दान स्वतः ठरवतो आणि ज्याच्या हातून हा क्षण सुटला तो नियतीच्या चक्रामध्ये गुरफटत जातो. अगदी कायमचा...!

आयुष्याकडे पाहण्याचा माझा दृष्टिकोन गेल्या काही दिवसांमध्ये अमूलाग्रपणे बदलणारं एक वादळ जीवनात उभं राहिलं आणि बघताबघता माझ्या संवेदना, जाणिवा, मान्यता, या सर्वांची पाळेमुळे हादरून गेली. जीवनाला मृत्यूसीमेवर उभे करून एका अनामिक द्वंद्वाला सुरुवात झाली आणि पुढील १७ दिवस हे द्वंद्व अखंडितपणे माझ्या अस्तित्वाला आणि भवितव्याला हादरे देत राहिलं. प्राणांतिक

वेदनांचा एक अखंड प्रवास आणि त्यातून उलगडत गेलेले आयुष्याचे रहस्य असा संमिश्र पण विलक्षण अनुभव ! याच अनुभवाच्या मुशीतून निर्माण झालं एक नवं आयुष्य...

गेल्या पंधरा वर्षात कामाचा भाग म्हणून वेळोवेळी रुग्णांच्या वेदना तसेच प्रकृतीसंबंधी अनेक तक्रारींचा सामना करत असताना कधीकधी असं वाटून जायचं की, आपल्या संवेदना बोथट होत चालल्या आहेत. लोकांच्या वेदना पाहताना आपली एकूणच वर्तणूक रुक्षपणाने ओतप्रोत भरून गेलेली आहे असे जाणवायचे. ज्या पद्धतीने आपले काम सुरु आहे ते नेहमी तसेच सुरु राहील अशी खात्री झाली होती. यापेक्षा वेगळे काही प्रसंग आपल्या जीवनात डोकावतील आणि आपले आयुष्य मूलतः बदलून टाकतील असा विचारही माझ्या मनाला कधी शिवला नव्हता. पण काही काही प्रसंग शतकांमध्ये एखाद्याच वेळेस घडत असतात. आणि त्यांचे दूरगामी परिणाम भयंकर असतात. अशीच संपूर्ण जगाला हादरवून सोडणारी महामारी जगाच्या एका कोपऱ्यातून सुरु झाली आणि पुढील काहीच महिन्यांमध्ये तिचं विश्वव्यापक रूप जगाने अनुभवलं. कोरोना विषाणूच्या संसर्गाचा कहर बघताबघता इतका वाढत गेला की, त्यातून सावरताना संपूर्ण मनुष्यजातीचं भवितव्य पणाला लागलं. अचानक उद्भवलेल्या या आरोग्य संकटामध्ये एक डॉक्टर म्हणून स्वतःला सावरताना, रुग्णांची होणारी ससेहोलपट जवळून पाहताना आणि एकूणच आजच्या प्रगत आरोग्यव्यवस्थेच्या हतबलतेचा साक्षीदार बनत असताना याच बोथट होत चाललेल्या संवेदनांना पुन्हा थोडी धार आली.

जेव्हा एखादं दुःख विश्वव्यापक बनतं तेव्हा त्याची बोचरी किनार नेहमी आपल्याच बाजूला आहे असं वाटून जातं. जेव्हा संपूर्ण समाज समदुःखी असतो तेव्हा प्रत्येकाच्या वेदनांमध्ये आपण आपल्या वेदनांची अनुभूती घ्यायला लागतो. शेवटी डॉक्टर हा देखील एक माणूसच असतो. त्यालाही भावना असतातच. आपले सर्व प्रयत्न निष्फळ होऊन

रुग्ण जेव्हा नियतीच्या हवाली करण्याची वेळ येते तेव्हा होणाऱ्या वेदना आणि त्यावेळेची हतबलता हे फक्त एक डॉक्टरच जाणून घेऊ शकतो. रोग आहे, रुग्ण आहेत, तेही अगणित, सर्व सज्जता आहे पण नेमकं औषध माहिती नाही ही देखील नियतीने केलेली एक क्रूर चेष्टाच असते. याच चेष्टेचा एक भाग म्हणूनच की काय, परिस्थिती हाताबाहेर जात राहिली आणि जगाच्या कानाकोपऱ्यातून आपल्या जवळ, अगदी शेजारी आणि आता तर आपल्या घरापर्यंत या वणव्याची झळ पोहचू लागली. प्रत्येक घरामध्ये पटापट मृत्युमुखी पडणारी माणसे पाहून मन गहिवरून गेलं नसतं तरच नवल! आजाराचं स्वरूपही असं की जगातील एकूण बाधित रुग्णांपैकी सत्तर टक्के रुग्णांना कोणतीही विशेष अशी लक्षणे दिसून न आल्याने किंवा अत्यंत अल्प प्रमाणात लक्षणे दिसल्याने समाजामध्ये एक प्रकारचा निष्काळजीपणा बोकाळत होता. संपूर्ण काळजी घेऊन काम करत असतानाही आपणास हा संसर्ग होऊच शकणार नाही असं सांगणं किंवा गृहीत धरणं नक्कीच घातक ठरू शकतं याची पूर्ण जाणीव मला होती. आणि याच पार्श्वभूमीवर एक दिवस दुपारी अचानक मला डोकेदुखीचा त्रास सुरु झाला. तसा हा त्रास माझ्या ओळखीचाच! गेली जवळपास दहा ते बारा वर्षे मी मायग्रेनमुळे त्रस्त आहे. अधून मधून त्रास होतंच असतो पण औषध घेऊन विश्रांती घेतली की पुन्हा सर्व सुरळीत! पण कधीकधी वाटा भरकटतात आणि आपण चकवा खातो. मग बराच वेळ मार्ग शोधण्यात निघून जातो. ज्याचे भविष्यातील परिणाम किती गंभीर असू शकतात याची कल्पना न केलेली बरी! अशाच कल्पनातीत घटनाक्रमांची सुरुवात नकळत त्या क्षणापासून झाली. त्यादिवशी सवयीप्रमाणे औषध घेऊन विश्रांती घेतली. पण आता हे चक्र थांबणार नव्हते. काहीतरी निश्चित असं दान माझ्या पारड्यात टाकण्यासाठी नियती उत्सुक झाली होती आणि दुसरीकडे मी पूर्णपणे अनभिज्ञ!

मध्यरात्री झोप चाळवली ती पुन्हा सुरु झालेल्या मंद अशा

डोकेदुखीनेच! रात्रभर हळूहळू वाढत चाललेली ही वेदना पहाट होईपर्यंत असह्य होऊ लागली. पहाटे पुन्हा औषध घेऊन झोपून राहण्यापलीकडे माझ्या हातात दुसरं काहीच नव्हतं. सकाळी काही महत्त्वाच्या कामांना वेळ देणं आवश्यक होतं. मायग्रेनच्या त्रासाची सवय असल्याने तसाच उठून मी कामाला लागलो. पण आज जाणवणारा त्रास नेहमीपेक्षा जास्त तीव्र आहे याची कुठेतरी जाणीव मनामध्ये होतीच. डोळे आत ओढून धरले होते आणि डोक्यामध्ये कुणीतरी घणाचे घाव घालत आहे अशा वेदना! कसाबसा कामाचा निपटारा केला आणि थेट घर गाठलं. आता दोन दिवस संपूर्ण विश्रांती घ्यायची हे ठरवूनच मी सर्व कामे पुढे ढकलली. पुन्हा झोपण्याचा प्रयत्न केला पण वेदना आता शिगेला पोहोचली होती. काही केल्या झोप येईना. फक्त अस्वस्थपणे तळमळत पडून राहिलो.

आपलं आयुष्य हे नेहमीच आपण पूर्वानुभवावर आधारित जगत असतो. किंबहुना तसा प्रयत्न तरी नक्कीच करत असतो. त्यामुळं एखाद्या अनपेक्षित घटनेलाही आपण त्याच निकषावर तपासून पाहायचा आणि त्यातून पुढील योजना आखण्याचा प्रयत्न करत असतो. आणि नेमकी इथेच आपली गल्लत होते. डोकेदुखी आणि मायग्रेनचा पूर्वानुभव यावेळी माझी दिशाभूल करत होता. मनाने आणि बुद्धीने केव्हाच चकवा खाल्ला होता. पण अजूनही कोणताही ठोस निर्णय घ्यावा किंवा काही वेगळा विचार करावा असे मनात येत नव्हतं. नियतीचे फासे आवळायला सुरुवात झाली होती आणि माझ्याही नकळत मी त्यामध्ये गुरफटत चाललो होतो.

संध्याकाळी काही काळासाठी डोकेदुखी थांबली आणि मी सुटकेचा निःश्वास सोडला. एका तीव्र मायग्रेनच्या गर्तेतून आपली मुक्तता झाली आहे असं वाटून गेलं. पण नियतीची चक्रे एकदा पूर्ण क्षमतेने फिरू लागली की ती पुन्हा पुन्हा आपल्याला एकाच बिंदूपाशी

आणून सोडतात. आपल्याला वाटतं की आपण पुढील प्रवास सुरु केला आहे पण वास्तविक आपण एकाच बिंदूभोवती घुटमळत राहतो. कितीतरी वेळ! दिशाहीन! निव्वळ फरफट! या चकव्यातून बाहेर पडण्याचा मार्ग एकच! त्याला भेदून पुढे निघून जाणं! पण हे तितकंच महाकठीण! अशक्य कोटीतील! फसव्या वळणांवरून प्रवास करत असताना येणारे अनुभवही फसवे आणि मुक्कामाचे निवारेही फसवेच! मग याला भेदणार तरी कसं? यक्षप्रश्न!

डोकेदुखीतून मी सावरतोय असं वाटत असतानाच अचानक तीव्र ज्वराला सुरुवात झाली. हाच तो पहिला क्षण होता जेव्हा मी नखशिखांत हादरून गेलो. त्याला कारणही तसेच होते. गेल्या अठरा वर्षांत पहिल्यांदा मला ताप आला होता. आणि तोही तीव्र स्वरूपाचा ! अंगाची लाहीलाही व्हायला सुरुवात झाली होती. विशेषतः मानेपासून वर संपूर्ण डोक्याचा भाग हा आगीच्या गोळ्याप्रमाणे गरम झाला होता. प्रचंड अस्वस्थता निर्माण झाली. काहीतरी वेगळं घडत होतं. नियतीचे कालचक्र माझ्या विरोधात फिरायला सुरुवात झाली होती. मी गुरफटत चाललो होतो आणि दुसरीकडे माझी शक्ती कमी व्हायलाही सुरुवात झाली होती. सध्या तरी मी फक्त एक साक्षीदार होतो आणि आयुष्याच्या या वळणावर नियतीने मला एक जोरदार धक्का दिला होता. हा चकवा भेदून मार्ग निर्माण करणं आवश्यक होतं. पण आता मी त्या मनः स्थितीत नव्हतो. फरफट अटळ होती! एका विलक्षण द्वंद्वाला सुरुवात झाली होती!

*****

नियतीची चक्रे एकदा पूर्ण क्षमतेने फिरू लागली की ती पुन्हा पुन्हा आपल्याला एकाच बिंदूपाशी आणून सोडतात. आपल्याला वाटतं की आपण पुढील प्रवास सुरु केला आहे पण वास्तविक आपण एकाच बिंदूभोवती घुटमळत राहतो.

न भूतो: न भविष्यति:...!

पूर्वी कधीही न पाहिलेला किंवा न अनुभवलेला असा घटनाक्रम आयुष्यात सुरु होतो आणि आपलं भवितव्य मात्र अवलंबून असतं आपल्या प्रतिक्रियेमध्ये किंवा प्रतिसादामध्ये !

न भूतोः न भविष्यतिः...!

संभ्रम! हो, संभ्रमच! आयुष्यात अनाहूतपणे डोकावणाऱ्या आणि अनपेक्षितपणे संपूर्ण आयुष्यच ढवळून काढणाऱ्या संकटांची चाहूल ही सुरुवातीला संभ्रमावस्थेतच नेऊन सोडते. नेमकं ज्याक्षणी आपण गाफील असतो, तेव्हाच ही संकटे आपला मार्ग रोखून उभी राहतात. परिस्थितीचे गांभीर्य समजून घ्यायला आणि त्यातून मार्ग काढायला आपल्याला वेळ हवा असतो. किंबहुना अचानक बसलेल्या धक्क्यातून सावरण्यासाठी आपल्याला हा वेळ हवा असतो. पण नेमका वेळच आपल्याकडे पुरेसा नसतो. संभ्रमित मन कमकुवत होत जातं आणि त्याचक्षणी काही निर्णय चुकतात. ज्याचा दूरगामी परिणाम आपल्या आयुष्यावर होणं अटळ असतं. पूर्वी कधीही न पाहिलेला किंवा न अनुभवलेला असा घटनाक्रम आयुष्यात सुरु होतो आणि आपलं भवितव्य मात्र अवलंबून असतं आपल्या प्रतिक्रियेमध्ये किंवा प्रतिसादामध्ये! संभ्रमित मनाची प्रतिक्रिया ही घातक ठरू शकते. अत्यंत प्रतिकूल परिस्थितीमध्ये मन शांत ठेवणं आणि निर्माण होणाऱ्या असंख्य प्रतिक्रियांवर ताबा ठेवून योग्य तो प्रतिसाद देणं ज्याला जमतं तोच या संभ्रमावस्थेची भिंत भेदून पलीकडे जाऊ शकतो. पैलतीराचा

प्रवास तेव्हाच सुरु होतो!

माझ्या मनामध्ये संभ्रमाची हीच अवस्था निर्माण व्हायला सुरुवात झाली. पूर्वी कित्येक वर्षांत न अनुभवलेला तीव्र वेगी ज्वर मी अनुभवत होतो. मनामधील विचारांची शृंखला काही केल्या खंडित होत नव्हती. डोळे पुन्हा खोलवर ओढले जाऊ लागले. डोकं जड होत गेलं. संपूर्ण अंगाची लाहीलाही होतेय अशी भावना निर्माण होऊ लागली. तोंडाला कोरड पडू लागली. इतक्या वर्षांत कधीच मला अशा पद्धतीने झोपून राहिलेलं किंबहुना तळमळत पडलेलं पाहिलं नसल्यानं माझी पत्नी श्रद्धाही आता घाबरून गेली होती. तिने पटकन मला काही औषधे दिली आणि मी तसाच पडून राहिलो. ताप उतरायच्या प्रतीक्षेत! काही काळ पुन्हा असाच निघून गेला आणि मग हळूहळू घाम येऊ लागला. अर्थातच ताप उतरत असल्याचे ते एक लक्षण होते. मनाला कुठेतरी एक दिलासा मिळाला. पण हे सर्व काहीक्षणच! कारण एक वेगळंच चक्र आता इथून पुढे सुरु होणार होतं. ही फक्त एक सुरुवात होती. अनपेक्षित घटनांची मालिका माझा माग काढत होती. आणि मी हळूहळू तिचा एक भाग बनत चाललो होतो. माझ्याच नकळत!

ताप कमी झाला पण त्यानंतर सुरु झालेल्या घामाच्या धारा पुढे एक तास, दोन तास, तीन तास नव्हे तर तब्बल चोवीस तास उलटले तरीही थांबेचनात! पुन्हा एकदा संभ्रमाने डोकं वर काढायला सुरुवात केली. काय होतंय काहीच कळायला मार्ग नव्हता. अगदी कमी काळात शरीरातून घामावाटे मोठ्या प्रमाणात जलीय अंशाचा विसर्ग झाल्यामुळे सुरुवात झाली ती पूर्वी कधीही न अनुभवलेल्या अशक्तपणाला! याचं सर्वात पहिलं लक्षण म्हणून असेल कदाचित पण माझा आवाज एकदमच खोल गेला. इतका की बोलताना मणभर वजन स्वरयंत्रावर ठेवलं आहे की काय अशी भावना होऊ लागली. एखादं वाक्यही बोलणं जड जाऊ लागलं. बोलायची इच्छाच संपली! फक्त शांत पडून राहावं असं वाटू लागलं. गेल्या सुमारे चोवीस तासांत ताप पुन्हा आला नाही की डोकेदुखीही जाणवली नाही. क्षणाक्षणाला वाढत चाललेल्या

अशक्तपणाशिवाय इतर कोणतेही विशेष असे लक्षण दिसत नव्हते. त्यामुळेच संभ्रम अधिकच दाट होत गेला. तपासणी करावी की नको, काहीच कळेना, काही सुचेना. मनामध्ये एकच कल्लोळ! फक्त अस्वस्थ विचार आणि वाढत चाललेला संभ्रम! असं म्हणतात की निरोगी शरीरामध्ये निरोगी मन वास करतं. पण आता शरीर निरोगी नव्हतं. आणि कदाचित त्याचमुळे मनही! सर्वात पहिला घाव बसला होता तो माझ्या निर्णयक्षमतेवर! आयुष्यतील अनेक कठीणतम परिस्थितीमध्ये ठामपणे निर्णय घेणारा मी, आज माझ्याच मनामध्ये हतबल झालो होतो. भावनांचा उद्रेक होत होता पण त्यांचा कोणताही निश्चित असा अंत दिसत नव्हता. फक्त भरकटणारे विचार आणि क्षणाक्षणाला अशक्त होत चाललेलं शरीर घेऊन मी पडून राहिलो होतो. न भूतोः न भविष्यतिः अशी परिस्थिती निर्माण झाली होती. पूर्वी कधीही अनुभवला नव्हता इतका ताप, पूर्वी कधीही आला नसेल इतका घाम, आणि आता पूर्वी कधीही अनुभवला नव्हता इतका अशक्तपणा! या सर्वांवर कळस म्हणजे अजूनही ही फक्त सुरुवातच होती. हा त्रास अजूनही कित्येक पटींनी वाढणार होता. परंतु या वास्तवापासून मी आणि श्रद्धा पूर्णपणे अनभिज्ञ होतो. पुढे काय वाढून ठेवले आहे हे कधी कुणाला समजत नसतं. ते समजणारही नसतं! भविष्याचा एक भाग बनून नियतीच्या तालावर नाचण्यापलीकडे आपल्या हातात काहीच नसतं. कधीकधी वाटतं की आपण फक्त कळसूत्री बाहुल्या आहोत, तो दोऱ्या खेचतो आणि नाचवतो आपल्याला, अगदी त्याला हवं तसं! आणि इथे आपण भ्रमात असतो की सर्व काही आपणच करत आहोत किंवा सर्वकाही आपल्याच इच्छेनुसार घडत आहे. खरंतर संपूर्ण आयुष्यच एक भ्रम आहे! एक खूप मोठा संभ्रम!

*****

पुढे काय वाढून ठेवले आहे हे कधी कुणाला समजत नसतं. ते समजणारही नसतं ! भविष्याचा एक भाग बनून नियतीच्या तालावर नाचण्यापलीकडे आपल्या हातात काहीच नसतं.

काहीतरी चुकतंय...!

कधीकधी निर्णय घेणं कठीण असू शकतं. परिस्थितीच अशी निर्माण होते की संभ्रमाची परिसीमा होते आणि निर्णयक्षमता कमकुवत होत जाते. यावेळी मनावर पुन्हा ताबा मिळवणं अत्यंत आवश्यक असतं. परिस्थितीचं ओझं इतकं होतं की मनाला नियंत्रणात आणणं जवळपास अशक्य होऊन बसतं. परंतु याही परिस्थितीमध्ये मनाला जाणिवेच्या मार्गावर परत घेऊन येणं, किंबहुना तसे प्रयत्न करणं गरजेचं असतं.

काहीतरी चुकतंय...!

जीवन प्रवासात सर्वात महत्त्वाची गोष्ट कोणती असेल तर ती असते जाणीव! स्वतःच्या अस्तित्वाची जाणीव! किंबहुना स्वतःच्या अस्तित्वाच्या कारणमिमांसेची जाणीव! कदाचित अशी जाणीव निर्माण व्हावी हेच जीवनाचे अंतिम सत्य असावे. कदाचित अंतिम सत्याचा माग काढण्याची प्रेरणा हीच आपल्या आयुष्याला जाणिवेच्या मार्गावर घेऊन जाण्यासाठी प्रवृत्त करत असावी! आणि मग आपल्याच कर्माचं त्रैराशिक मांडून सत्य, असत्य, चूक, बरोबर, धर्म, अधर्म, अशा सर्व भौतिक परिभाषांच्या पलीकडे जाऊन निखळ आणि शाश्वत ज्ञानाच्या मार्गावरील प्रवास सुरु होत असावा. ज्याने जाणिवेची कास पकडली त्याचं आयुष्य ज्ञानाच्या प्रकाशाकडे मार्गक्रमण करायला लागतं आणि ज्याला हे जमत नाही तो अडकून पडतो पुन्हा त्याच अंधःकारमय चक्रात! स्वतःच्या नशिबाला आणि नियतीच्या योजनांना दोष देत!

अजूनही काहीतरी चुकतंय याची जाणीव मला होत नव्हती. कदाचित संभ्रमावस्थेची इतकी पुटं मनावर चढली होती की सारासार विचार करण्याची शक्तीच खुंटली होती. पुढचे सुमारे अठ्ठेचाळीस तास

घाम येतच होता आणि पर्यायाने अशक्तपणा वाढतंच चालला होता. अशक्तपणाची परिभाषा काय करावी किंवा परिसीमा काय ठरवावी हेच कळेना. फक्त झोपूनच राहावं असं वाटू लागलं. त्यातही एका कुशीवरून दुसऱ्या कुशीवर होताना देखील कुणीतरी आपल्याला ढकलून मदत करावी असं वाटू लागलं. अत्यंत टोकाच्या अशक्तपणामध्ये सर्वात पहिल्यांदा निर्माण होतं ते म्हणजे परावलंबत्व! आणि नेमकी याच गोष्टीची आपल्याला सवय नसते. कदाचित हाच मनावरचा सर्वात मोठा आघातही असतो. आपल्या दिनचर्येतील नित्यनेमाने करायच्या गोष्टींमध्येदेखील जर परावलंबत्व येऊ लागलं तर त्यापेक्षा मोठा धक्का तो कोणता? खरंतर याच धक्क्यातून मनाला सावरायला बराच वेळ लागत असतो. माझ्याही बाबतीत असच काहीसं सुरु झालं होतं. झोपून राहण्यापलीकडे दुसरं काहीही करणं आता मला शक्य होत नव्हतं. एकीकडे मला काय होतंय हे सांगण्याची किंवा बोलण्याची देखील ताकद आता माझ्यामध्ये उरली नव्हती आणि दुसरीकडे नेमक्या याच गोष्टीचा त्रास आता श्रद्धाला व्हायला लागला होता. ती जास्तच अस्वस्थ होत चालली होती. माझी अशी अवस्था पाहून तिच्या मनामध्येही एका नव्या द्वंद्वाला सुरुवात होऊ लागली होती. तिचा अस्वस्थपणा मला कळत होता. तिच्या चेहऱ्यावरील ती अनामिक भीती मला दिसत होती. आणि तरीही मी हतबल होतो. माझ्यामध्ये दोन शब्द बोलावे इतपतही ताकद आता नव्हती. मला फक्त झोपायचे होते. विश्रांती ही एकमेव चिकित्सा सध्या तरी माझ्यासमोर मला दिसत होती. माझ्या चार वर्षांच्या मुलाच्या; शुभंकरच्या डोळ्यातील करूण भाव आणि श्रद्धाच्या चेहऱ्यावरील भयमुद्रा माझं मन पिळवटून टाकत होती. पण कोणताही निर्णय घेण्याची वेळ कदाचित आता माझ्या मनाने गमावली होती. कदाचित निर्णयक्षमताच संपली होती! अशक्तपणाच्या ओझ्याने कदाचित माझं मन मोडून पडलं होतं! खरं पाहायला गेलं तर आता काहीतरी ठोस निर्णय घेण्याची वेळ आली होती. पण नेमकं याच वेळी ते शक्य होत नव्हतं. नियतीने आणखी एक फासा घट्ट आवळला होता

आणि मी त्यामध्ये अगदी खोलवर गुरफटत चाललो होतो.

कधीकधी निर्णय घेणं कठीण असू शकतं. परिस्थितीच अशी निर्माण होते की संभ्रमाची परिसीमा होते आणि निर्णयक्षमता कमकुवत होत जाते. यावेळी मनावर पुन्हा ताबा मिळवणं अत्यंत आवश्यक असतं. परिस्थितीचं ओझं इतकं होतं की मनाला नियंत्रणात आणणं जवळपास अशक्य होऊन बसतं. परंतु याही परिस्थितीमध्ये मनाला जाणिवेच्या मार्गावर परत घेऊन येणं, किंबहुना तसे प्रयत्न करणं गरजेचं असतं. जो हा प्रयत्न करतो त्याला आयुष्य पुन्हा मार्गावर येण्याची एक संधी नक्की देतं. एक पाऊल आपण पुढे सरकणं गरजेचं असतं. यातूनच पुढील प्रवासाची बीजे पेरली जातात. भविष्यातील वटवृक्षाची मुळं इथेच घट्ट रोवली जातात.

काहीतरी चुकतंय अशी हुरहूर आता मनाला लागायला सुरुवात झाली होती. फक्त यावर आता शिक्कामोर्तब व्हायचे बाकी होते. आणि मग ती वेळही आलीच! दुसऱ्या दिवशी सकाळी पुन्हा एकदा माझा ताप वाढू लागला. अर्थात हा ज्वर पहिल्या दिवसाइतका तीव्र नव्हता पण मनावरील संभ्रमाची सर्व पुटं तोडून संशयाचं रूपांतर खात्रीमध्ये व्हायला ही घटना आता पुरेशी होती.

त्यादिवशी सकाळी आलेल्या तापाच्या अग्निमध्ये फक्त शारीरिक दाह निर्माण झाला असे नव्हे तर मनातील संभ्रमही जळून खाक झाला. अचानक घोर अंध:कारामध्ये एखादं किरण प्रवेश करावं आणि सगळं लख्ख प्रकाशमान व्हावं तसंच काहीस घडलं. मनातील विचारांच्या उगमस्थानी एक वीज चमकून गेली आणि संशयाची लख्तरं क्षणार्धात गळून पडली. त्याचक्षणी मला ही खात्री पटली की मला कोरोनाचा संसर्ग निश्चित झाला आहे. पण याचबरोबर आता त्यादृष्टीकोनातून काही महत्त्वाची पावले उचलणे आणि तीही तात्काळ आवश्यक होतं. त्याही परिस्थितीमध्ये औषध घेऊन थोडा वेळ ताप उतरण्याची वाट पाहत पडून राहिलो. थोड्या वेळामध्ये औषधाच्या परिणामाने

ज्वराचा वेग कमी झाला तसा मी उठून बसलो आणि श्रद्धाला कोविड तपासणी करून घेण्याचा माझा निर्णय बोलून दाखवला. अर्थातच ती घाबरली पण आता पर्याय नव्हता. हे सर्वांच्यासाठीच महत्त्वाचं होतं. लगेचच फोन करून तपासणीसाठी माझ्या नावाची नोंद करून घेतली आणि माझी राहण्याची व्यवस्था दुसऱ्या खोलीत करून घेतली. काही वेळातच माझ्या कोविड तपासणीचे सर्व सोपस्कार पार पडले आणि एका विलक्षण प्रवासाला सुरुवात झाली.

तपासणीसाठी स्वाब दिला असला तरीही रिपोर्ट यायला अजून किमान चोवीस ते छत्तीस तासांचा वेळ लागणार होता. संपूर्ण शहरामध्ये कोविड रूग्णांच्या संख्येमध्ये लक्षणीय वाढ झाली होती. पर्यायाने खूप जास्त प्रमाणात तपासण्या सुरु असल्याने रिपोर्ट मिळायला किमान तेवढा वेळ तरी लागणारच होता. सध्यातरी वाट पाहणं इतकंच माझ्या हातात होतं. औषध घेतल्यानंतर पुन्हा एकदा घाम यायला सुरुवात झाली आणि याही वेळेस घाम पूर्णपणे थांबायचं नावंच घेत नव्हता. अशक्तपणा वाढत चालला होता. त्यातच भरीस भर म्हणून आता मी विलगीकरणात एकटाच एका रूममध्ये राहत होतो. ज्याचा परिणाम असा झाला की मनामध्ये विचारांचं वादळ सुरु झालं. त्याला लगाम लावणं आता जवळपास अशक्य झालं होत. मागील चार दिवस मी संभ्रमाच्या अवस्थेत त्रास सहन करत होतो. पण इथेच एक मोठी चूक माझ्या नकळत घडली होती. मी कोविड पॉझिटिव्ह असल्याची एव्हाना मला पूर्ण खात्री झाली होती. रिपोर्ट येऊन त्यावर शिक्कामोर्तब होणं ही आता फक्त एक औपचारिकता राहिली होती. पण याच विचाराने माझं मन मात्र पूर्णपणे विदीर्ण झालं होत. मी अनाहूतपणे एक खूप मोठी चूक करून बसलो होतो. गेले चार दिवस मला त्रास होत असतानाही मी, श्रद्धा, आणि शुभंकर एकाच खोलीत राहिलो होतो. याचे परिणाम अशा संसर्गजन्य आजारामध्ये किती भयंकर असू शकतात याची मला एक डॉक्टर म्हणून पूर्ण कल्पना होती. माझे आई - वडील, भाऊ

उत्कर्ष, वहिनी सायली आणि पुतण्या ईशान हे सर्व माझ्यासोबत एकाच घरामध्ये राहत होते. माझ्यापासून त्या दोघांना आणि इतर सर्वांना असणाऱ्या धोक्याची जाणीव आता माझ्या अस्वस्थपणात भर घालत होती. प्रश्न फक्त संसर्गाचा नव्हता तर यामुळे कुणावरही एका आत्यंतिक क्लेशदायक प्रवासातून जाण्याची वेळ येऊ शकणार होती. आणि कळत - नकळत या सर्व गोष्टींना कुठेतरी मीच जबाबदार होतो.

मनामध्ये विचारांचा इतका कलह माजला होता की आधीच अशक्त झालेल्या शरीरामध्ये आता कंप सुटू लागला. मागील चार दिवसातील प्रत्येक क्षण डोळ्यासमोरून जाऊ लागला. मला होणारा त्रास न बघवून कितीतरी वेळा माझ्या संपर्कात आलेली माझी पत्नी आणि इतरही कुटुंबीय यांची आता खूपच काळजी वाटू लागली. चार वर्षांच्या निरागस मुलाला मी किती वेळा स्पर्श केला असेल किंवा तो माझ्या जवळ आला असेल, त्याला अशा पद्धतीचा संसर्ग झाला तर तो सहनही करू शकणार नाही आणि सांगूही शकणार नाही, आपण बाप म्हणून इतके बेजबाबदार कसे वागू शकतो? असे एक ना अनेक प्रश्न मनामध्ये थयथयाट करू लागले. माझी हतबलता वाढतच गेली. काहीतरी विलक्षण मोठी चूक आपल्या हातून घडली आहे अशी जाणीव होऊ लागली. खासकरून जेव्हा मी एक डॉक्टर आहे आणि गेले आठ महिने याच वातावरणात काम करत असताना आपण किती काळजीपूर्वक सर्व प्रोटोकॉल्स सांभाळत होतो. आणि तरीदेखील जेव्हा आपण संसर्गित झालो तेव्हा इतका मोठा अक्षम्य बेजबाबदारपणा आपल्याकडून कसा काय घडू शकतो या विचारांनी माझं मन कावरंबावरं झालं. पण आता यातील काहीच बदलणं शक्य नव्हतं. काही गोष्टींची जाणीव ही वेळ निघून गेल्यावर झाली होती. आता फक्त प्रतीक्षा! येणारा काळ माझ्या जीवनात कोणतं अगम्य वादळ निर्माण करणार आहे याची फक्त प्रतीक्षा! कल्पनेच्या पलीकडे काहीतरी घडत होतं आणि मी फक्त भरडला जात होतो. नियती मात्र

आसुरी आनंदानं माझ्याकडे बघून हसत आहे अशी जाणीव मला होऊ लागली. हतबलतेचं रूपांतर आता क्रोधमध्ये होऊ लागलं. परंतु आता क्रोधालाही सहन करण्याची ताकद माझ्याकडे नव्हती. त्यामुळे या क्रोधाचा निचरा व्हायचा तिथेच झाला. त्यादिवशी रात्री याच क्रोधातून पुन्हा एकदा तीव्र ज्वराचा वेग आला. मी निश्चल पडून होतो! झोप लागणं शक्यच नव्हतं! तापाने फणफणलेला, रात्र संपण्याची प्रतीक्षा करत मी, एकटा, अस्वस्थ! निःस्तब्ध! आणि हतबल!

*****

दुर्गंधीचे साम्राज्य...

जेव्हा श्वास घेण्याचीच उर्मी कमी होऊ लागते तेव्हा होणारी घुसमट ही शब्दातीत असते. ज्याला आपण प्राणवायू म्हणतो तोच इतका दूषित बनावा की त्याचे सेवन करण्यापेक्षा प्राणत्याग करावा असे वाटू लागेल, तेव्हा येणारी हतबलता कोणत्या शब्दांत व्यक्त करायची ?

दुर्गंधीचे साम्राज्य...

आयुष्यात काही क्षण असे येतात की जेव्हा आपल्या सर्व संवेदना बधिर होऊन जातात. योग्य - अयोग्य, चूक - बरोबर, यातील सर्व भेद तेव्हा पुसट होत जातात. ही अशी वेळ असते जेव्हा इच्छा असूनही जीवनाची सूत्रे आपल्या हातात राहत नाहीत. किंबहुना आपलं नियंत्रण सुटलेलं असतं. अकल्पित आणि विलक्षण अशा घटनांची मालिका आपल्याच नजरेसमोर गदारोळ निर्माण करत असते आणि आपण हतबलतेच्या परमोच्च शिखरावर पोहोचलेले असतो. आपल्याला या चक्रातून बाहेर काढेल असा कोणताही मार्ग दिसत नसतो. हाच तो क्षण असतो जेव्हा आपण हार पत्करावी अशी नियतीची इच्छा असते. याक्षणी जो हार पत्करतो तो संपून जातो आणि याच प्रतिकूल परिस्थितीमध्ये जो दुर्दम्य इच्छाशक्तीने नियतीशी दोन हात करायची तयारी दाखवतो, तो तिच्या या आसुरी पाशातून मुक्त होतो. विजयाची एक वेगळी किनार आयुष्याला मिळते आणि आयुष्य पुढे सरकते !

पाचव्या दिवसाची पहाट एक नवीन लक्षण घेऊनच उगवली. सकाळी उठल्यापासून एक विचित्र दुर्गंध मला जाणवू लागला.

सुरुवातीला मंद स्वरूपातील या लक्षणाशी लढताना, मला पुढील काही दिवस प्रयत्नांची पराकाष्ठा करावी लागेल याची तेव्हा जाणीव नव्हती. पुढे जाऊन हेच लक्षण तीव्रतेची कोणती परिसीमा गाठेल हा विचारही माझ्या मनाला तूर्तास शिवला नव्हता. खरंतर मला त्रास सुरु झाल्यापासून कोणतेही लक्षण इतक्या विलक्षण प्रमाणात वाढेल असे वाटलेच नव्हते.

रात्रभर झोप न झाल्याने मी आधीच अस्वस्थ होतो. ज्वराचा वेग कमी जास्त होतच होता. अशक्तपणाही कमालीचा वाढला होता. डोकेदुखी तर आता सहनशक्तीच्या पलीकडे निघून गेली होती. डोळे इतके जड झाले होते की कोणताही प्रकाश सहन होत नव्हता. फक्त अंधारातच राहावं किंवा डोळे मिटून शांत बसून राहावं असं वाटू लागलं होतं. त्यातच आता हा दुर्गंध नाकामध्ये बसला होता. याचा परिणाम म्हणून आता हळूहळू जेवणावरची इच्छाही कमी होत चालली होती. दिवसातील बराच काळ मी फक्त झोपून राहण्यातच घालवला. अर्थात गेले पाच दिवस मी हेच करत होतो. कोविड तपासणीचा रिपोर्ट आज दुपारपर्यंत येणं अपेक्षित होतं. पण नेमका रिपोर्ट येण्यासाठी अपेक्षेपेक्षा जास्त वेळ लागत होता. औषधे घेऊन फक्त पडून राहणं एवढंच मी करू शकत होतो. माझा आवाजही इतका खोल गेला होता की मी कुणाशीच काही बोलू शकत नव्हतो. अगदीच नाईलाज म्हणून काही बोललोच तर स्वरयंत्रावर कित्येक किलोचा भार ठेवला आहे अशी जाणीव होत असे. त्यामुळे बोलणे टाळणे सुरु झाले. पण याचेच नेमके दडपण श्रद्धावर येत होते. शेवटी मी काय होतंय हे सांगण्याच्याही परिस्थितीमध्ये नाही हे पाहिल्यावर तिने माझ्या इतर डॉक्टर मित्रांना संपर्क साधून मला होणाऱ्या त्रासाविषयी चर्चा करायला सुरुवात केली. मी माझा निर्णय अजूनही घेऊ शकत नव्हतो, किंबहुना आता मी त्या परिस्थितीमध्ये नव्हतो की कोणताही निर्णय घेऊ शकेन. त्यामुळे तिने निवडलेला पर्यायच माझ्यासाठी योग्य ठरणार होता.

रात्री सुमारे आठच्या दरम्यान माझा रिपोर्ट आला. अर्थातच तो अपेक्षेप्रमाणे कोविड १९ पॉझिटिव्ह असाच होता. जगाच्या कुठल्यातरी एका कोपऱ्यातून सुरु झालेल्या या विषाणूचा प्रवास हजारो मैल दूर माझ्या घरापर्यंत येऊन पोहोचला होता. संभ्रमाची सर्व पुटं आता गळून पडली होती. संपूर्ण काळजी घेऊनही या सूक्ष्म विषाणूने त्याचा मार्ग शोधून काढलाच होता. नियतीनेही तिचा मार्ग शोधून काढला होता. तिचा आसुरी आनंद आज गगनात मावेनासा झाला होता.

आपली रोगप्रतिकारशक्ती चांगली असेल तर कोविड १९ चा त्रास कमी होतो वगैरे सर्व मान्यतांना छेद देत या सूक्ष्म विषाणूने आपला प्रभाव माझ्यासारख्या उत्तम रोगप्रतिकारशक्ती असणाऱ्या व्यक्तीमध्ये तीव्रतेने दाखवायला सुरुवात केली होती. आणि बघताबघता मला हतबलतेच्या परिसीमेवर नेऊन उभे करण्यात नियतीला यश आले होते. पुढील काही मिनिटांतच अनेक औषधांचा मारा सुरु करण्यात आला. आणि खऱ्या अर्थाने शरीरातील या अतिसूक्ष्म शत्रूसोबत सर्व उपलब्ध आयुधं घेऊन एका विलक्षण द्वंद्वाला सुरुवात झाली होती.

सकाळी उठून सर्वप्रथम माझे सी. टी. स्कॅन आणि घरातील इतर सर्वांचे स्वाब देणे ही दोन कामे करणे अनिवार्य होते. अजूनही माझ्या शरीरातील ऑक्सिजनची पातळी ९८ ते ९९ टक्के इतकी राहत असल्याने त्याबाजूने काळजी कमी होती. तरीदेखील काही महत्त्वाच्या रक्ताच्या चाचण्या करून घ्यायचा सल्ला मला माझ्या डॉक्टर मित्रांनी दिला. त्याप्रमाणे रक्त तपासणीसाठी द्यायचे ठरले. एका बाजूला तपासण्यांचे हे सत्र सुरु असतानाच सकाळपासून मंद स्वरूपात सुरु झालेल्या दुर्गंधीने आता मध्यम स्वरूप प्राप्त केले होते. दुर्गंधीची तीव्रता वाढतेय आणि ती जाणवण्याइतपत वाढत चालली आहे हे लक्षात येऊ लागले. प्रत्येक श्वासागणिक एक विचित्र दुर्गंध शरीरात प्रवेश करत होता आणि मी गुदमरत होतो. हा नक्की काय प्रकार आहे ते काही कळत नव्हते. कोविड १९ मध्ये गंधज्ञान काही काळापुरते कमी होते

हे मला माहिती होते पण एखादा विशिष्ट दुर्गंध येत असेल असे कधी वाटले नव्हते, ऐकले नव्हते किंवा अभ्यासलेही नव्हते. जसजसा हा दुर्गंध वाढत गेला मला जास्तच अस्वस्थ वाटू लागले. ज्या आजाराच्या लक्षणांविषयीच अजूनही इतकी संदिग्धता आहे त्या आजारावर उपाय शोधून काढणं किती कठीण असू शकेल हा विचार मनात येऊन मी शहारून गेलो. जगामध्ये करोडो लोक ज्या आजाराने एकाच वेळी संसर्गित आहेत त्याची ठोस कोणतीच चिकित्सा उपलब्ध नसणे किती भयंकर आहे. पण याच दुर्गंधीचा एक विपरीत परिणाम म्हणून माझा उत्साह कमी होत आहे असे मला जाणवू लागले. जेव्हा श्वास घेण्याचीच उर्मी कमी होऊ लागते तेव्हा होणारी घुसमट ही शब्दातीत असते. ज्याला आपण प्राणवायू म्हणतो तोच इतका दूषित बनावा की त्याचे सेवन करण्यापेक्षा प्राणत्याग करावा असे वाटू लागेल तेव्हा येणारी हतबलता कोणत्या शब्दांत व्यक्त करायची? त्यामुळे पुन्हा एकदा रात्रभर अस्वस्थ असणारा मी पहाट होता होता मंद ज्वराच्या स्वाधीन झालो. सकाळी घरातील इतर सर्व लोक कोविड तपासणीसाठी बाहेर पडले तरीही मला उठून बसण्याची इच्छाच होईना. संपूर्ण शरीरातून ठणका मारतोय अशी भावना होऊ लागली. पण आता फक्त झोपून राहून चालणार नव्हतं. लवकरात लवकर रक्ताच्या तपासण्या आणि सी. टी. स्कॅन करून फुफ्फुसांची कार्यक्षमता समजून घेणे आवश्यक होते. त्यामुळे मी मनाचा हिय्या करून उठलो आणि त्याही अवस्थेत स्वतःच ड्रायव्हिंग करत डायग्नोसिस सेंटरमध्ये गेलो. मी स्वतः पॉझिटिव्ह असल्याने कमीतकमी लोकांच्या संपर्कात यावं हीच भावना यामागे होती. माझी एक शालेय बालमैत्रीण, कादंबरी या डायग्नोसिस सेंटरमध्ये काम करत असल्याने जास्त वेळ वाट पहावी लागली नाही. थोड्याच वेळात सर्व सोपस्कार पार पडून माझी एच.आर.सी.टी. टेस्ट पूर्ण झाली. रिपोर्ट तयार व्हायला अजून वेळ लागणार होता. त्यामुळे मी तसाच निघून आलो. जास्त वेळ तिथे थांबणे तसेही मला शक्य नव्हते, शिवाय कादंबरीने मला रिपोर्ट पाठवून देते असे सांगितल्यामुळे मी घरी परत

येणेच पसंत केले. थोड्याच वेळात माझा रिपोर्ट माझ्या मोबाईलवर होता. अर्थात अपेक्षेप्रमाणेच जवळपास ३२ टक्क्यांपर्यंत फुफ्फुसांना संसर्ग झाला आहे असे सांगणारा तो रिपोर्ट होता. त्यामुळे न्यूमोनियाला सुरुवात झाली आहे हेही लक्षात आले. माझ्यासाठी सध्या जमेची बाजू अशी होती की मला अजूनही खोकला नव्हता तसेच ऑक्सिजनची पातळी अजूनही ९८ ते ९९ टक्के इतकी होती. या एका लक्षणावरून बाकीची सर्व लक्षणे तीव्र स्वरूपाची असतानाही कदाचित मला घरीच राहून उपचार घेणं शक्य होतं. सर्व औषधांची सुरुवात तर केलीच होती त्यामुळे आता फक्त काही दिवस औषधे आणि विश्रांती घेतली की सर्व काही पूर्ववत होईल या अपेक्षेने मनाला थोडा दिलासा मिळत होता. पण नियतीच्या मनात काही औरच होते. यावेळी कोणताही दिलासा मला मिळावा अशी तिची इच्छाच नव्हती. दुपारचे जेवण कसेबसे उरकतोय तोच तिने आपला मानस उघड करायला सुरुवात केली. मला हळूहळू ठसका लागायला सुरुवात झाली. हे देखील इथपर्यंतच मर्यादित राहिलं असतं तरीही ठीक होतं पण बघताबघता पुढील दोनच तासांमध्ये मला सातत्याने खोकल्याची उबळ सुरु झाली. तीव्रता वाढत गेली तशी माझी मानसिक अवस्थाही डगमगू लागली. अजून एक लक्षण वाढले होते ! आता लवकरात लवकर हॉस्पिटलमध्ये भरती व्हावं अशी भावना मनामध्ये दृढ होऊ लागली. दुसरीकडे श्रद्धा माझ्या इतर डॉक्टर मित्रांशी सातत्याने फोनवरून चर्चा करत होतीच. त्यांचेही मत आता तसेच पडले. शेवटी सर्वानुमते माझी रवानगी हॉस्पिटलमध्ये व्हावी हेच ठरले. मग मात्र थोडाही वेळ न दवडता मीच अँब्युलन्सला फोन केला व निघण्याची तयारी सुरु केली.

कोल्हापुरातील एका प्रतिष्ठित वैद्यकीय महाविद्यालयाच्या हॉस्पिटलच्या आवारात जेव्हा अँब्युलन्स पोहोचली तेव्हा खरंतर घरापासून फक्त दहाच मिनिटांचा अवधी झाला होता. परंतु माझ्यासाठी हे दहा मिनिटांचे अंतरही किमान दहा वर्षांचे आहे असे जाणवत

होते. अनेक विचारांची मनात वादळं उठली होती. आता पुढील काही दिवसांचा प्रवास हा मला एकट्यानेच करायचा होता. अँब्युलन्समधील ही दहा मिनिटे म्हणजे फक्त एक सुरुवात होती या अनाकलनीय शेवटाकडे जाणाऱ्या प्रवासाची! अजूनही आयुष्यातील अनेक प्रश्न अनुत्तरितच होते. अनेक स्वप्नं पूर्ण करायची होती. अनेक आव्हानं पेलायची होती. पण आजचा हा प्रवास मला या सर्वांपासून दूर घेऊन चालला होता. मला अँब्युलन्सपर्यंत सोडायला आलेली श्रद्धा, शुभंकर, सायली, माझा दादा उत्कर्ष आणि माझे आई -बाबा या सर्वांच्या भयपूर्ण नजरा मी विसरू शकत नव्हतो. त्यांच्या मनातील भीती आणि साशंक विचार यांची मला पूर्ण जाणीव होती. पण फक्त मला धीर द्यायचा या एकाच उद्देशाने सर्वजण मला समजावत होते. आणि मीही सर्व समजत असल्याचा आव आणत होतो. पण आतून कुठेतरी माझ्याही मनामध्ये संदिग्धता निर्माण झाली होतीच. 'बाबा तू कधी परत येणार?' या शुभंकरच्या प्रश्नाला मी काय उत्तर द्यावे हेच कळेना. कारण अनपेक्षितपणे वाढत जाणाऱ्या त्रासाने मीही आता पुरता गोंधळून गेलो आहे हे माझं मलाच जाणवत होतं. त्याचा तो निरागस चेहरा मनात साठवून मी पुढील प्रवासाला सुरुवात केली होती आणि त्यामुळेच विचारांचं काहूर काही केल्या थांबत नव्हतं. कदाचित याचमुळे मला ही दहा मिनिटे दहा वर्षांप्रमाणे मोठी जाणवत होती.

हॉस्पिटलमधील ॲडमिशन प्रक्रिया माझ्या मोठ्या भावाने पार पाडली आणि माझी रवानगी सेमीस्पेशल रूम नं. ४०८ मध्ये झाली. इथून पुढचे काही दिवस याच रूममध्ये माझ्या आयुष्याचा पुढील प्रवास होणार होता. एकंदरीतच एका शारीरिक आणि मानसिक द्वंद्वाला सुरुवात होत होती आणि त्यासाठीचे कुरुक्षेत्र म्हणून या रूम नं. ४०८ ची निवड झाली होती. पुढील काही दिवसांसाठी माझ्यासोबत घडू पाहणाऱ्या प्रत्येक चांगल्या अगर वाईट घटनेची साक्षीदार हीच खोली असणार होती.

खोकला वाढतंच चालला होता आणि मुख्य म्हणजे दुर्गंधीने आता कळस गाठला होता. काही क्षण मला असे वाटून गेले की हॉस्पिटलमध्येच एक प्रकारचा दुर्गंध असावा पण वास्तविकता वेगळीच होती. कोणताही गंध हा माझ्यासाठी दुर्गंधच होता. तोच एक विशिष्ट दुर्गंध! हॉस्पिटलमधील फिनेल आणि सॅनिटायझरच्या वासाने माझ्यासाठी दुर्गंधीत भर घातली होती. आपल्या आजूबाजूला दुर्गंधीचे साम्राज्य पसरले आहे असे वाटू लागले. अस्वस्थतेचे रूपांतर आता पुन्हा क्रोधामध्ये होऊ लागले. पण यातून आता काहीच साध्य होणार नव्हते. श्वास घेणं ही जर माझी गरज असेल तर मला हा दुर्गंधीयुक्त श्वास आता घ्यावाच लागणार होता. मला जगायचं होतं! माझ्या कुटुंबासाठी! मग त्यासाठी कोणतीही परीक्षा द्यायला मी सज्ज होतो. आणि परीक्षेची ही तर पहिलीच पायरी होती.

मागील कित्येक वर्षांत आजारी न पडल्याने इंजेक्शन तर सोडाच पण औषधे खाण्याचीही सवय मला नव्हती. त्यामुळे इथून पुढे सातत्याने होणारा औषधांचा व इंजेक्शन्सचा मारा तसेच रक्त तपासण्यासाठी वारंवार टोचून घेणे हे सर्व माझ्यासाठी आव्हानात्मकच होतं. पण या सर्वाला नेटाने समोर जायचंच आहे अशी खूणगाठ मी मनाशी बांधून घेतली. तरीदेखील ही दुर्गंधी माझं मन हेलावून सोडत होती. प्रत्येक श्वासागणिक मला आणखीच कमकुवत बनवत चालली होती. अजून किती काळ या त्रासाशी मला झुंज द्यायची आहे याचं कोणतंही त्रैराशिक माझ्याकडे नव्हतं. प्रत्येक क्षणाला या त्रासातून मुक्त होण्यासाठी मी तडफडत होतो. माझ्या संवेदना आता बधिर होत चालल्या होत्या. जसजसा वेळ पुढे सरकत होता तसतसा माझे स्वतःवरचे नियंत्रण सुटत चालले होते. मला आता श्वास जाणवतच नव्हता. होता तो दुर्गंध! तीव्र दुर्गंध! आणि फक्त दुर्गंध!

✵✵✵✵✵

नियती जेव्हा घाला घालायचे ठरवते तेव्हा अत्यंत कठोर आणि सुदृढ मनोबल असणारा व्यक्तीही त्यामध्ये भरडला जातो.

अन्नाद भवन्ति भूतानि...

आयुष्य परीक्षा घेत आहे की मृत्यू आव्हान देत आहे हे जेव्हा समजायचं बंद होतं तेव्हाची हतबलता काय वर्णावी? जिथे शब्द संपतात त्या क्षितिजापलीकडे भावना अनावर झाल्या तरीही व्यक्त करणे अशक्यच!

अन्नाद भवन्ति भूतानि...

एखाद्या नात्याचं आणि गोष्टीचं महत्त्व ती आपल्याजवळ नसताना जास्त कळतं हेच खरं! आपल्याशी मनाने जवळ असणाऱ्या एखाद्या व्यक्तीचा जेव्हा विरह सहन करण्याची वेळ येते तेव्हा आणि फक्त तेव्हाच त्या व्यक्तीचे आपल्या जीवनातील महत्त्व आपल्याला समजतं. परंतु कधीकधी एखादी गोष्ट अथवा वस्तू आपल्याजवळ असूनही आपण तिचा योग्य उपभोग घेऊ शकत नाही ही भावनाच जास्त त्रास देऊन जाते. तसेच आपली सर्वात प्रिय व्यक्ती जी नेहमी आपल्यासोबत राहते ती जेव्हा आपल्याला पुरेसा वेळ देऊ शकत नाही तेव्हाही ही भावना जास्त कष्टप्रद असते. आयुष्यही कधीकधी असेच खेळ आपल्यासोबत खेळत असतं. आपल्याला इतकं हतबल बनवलं जातं की मग आपल्यासमोर असूनही आपण अनेक गोष्टींचा आस्वाद घेऊ शकत नाही. यामुळेच मनामध्ये विचारांचं काहूर निर्माण होतं. आपण इतके हतबल का आहोत? या प्रश्नाला तेव्हा कोणतेच उत्तर मिळत नाही. आणि मग मन उध्वस्त व्हायला सुरुवात होते. यावेळी मनावर संयम ठेवून आल्या प्रसंगाला निर्धाराने तोंड देणं गरजेचं असतं.

ज्याला हे जमतं तो नियतीच्या चक्रव्यूहाला भेदून जातो. आणि ज्याला हे जमत नाही तो याच चक्रव्यूहामध्ये स्वतःचं अस्तित्व गमावून बसतो.

माझ्या नाकामध्ये बसलेल्या दुर्गंधीचा इतका विपरीत परिणाम माझ्या जेवणावर होईल असे सुरुवातीला वाटले नव्हते. पण जेव्हा प्रत्येक घास माझ्यासाठी एक आव्हान ठरू लागला तेव्हा याचे दूरगामी परिणाम माझ्या प्रकृतीवर किती प्रमाणात होऊ शकतील याची पुसटशी जाणीव झाली आणि या विचारानेच मन शहारून गेलं. प्रिय व्यक्तीचा विरह आणि जीवनावश्यक अन्नपदार्थांचे सेवन करण्याची असमर्थता हे दोन्ही जेव्हा एकाच वेळी घडू लागले तेव्हा मन सैरभैर झाले. आयुष्य परीक्षा घेत आहे की मृत्यू आव्हान देत आहे हे जेव्हा समजायचं बंद होतं तेव्हाची हतबलता काय वर्णावी? जिथे शब्द संपतात त्या क्षितिजापलीकडे भावना अनावर झाल्या तरीही व्यक्त करणे अशक्यच! रूम नं. ४०८ मध्ये पोहोचल्यानंतर मी तापाने फणफणलो. काही वेळातच माझ्यावर उपचार सुरु झाले. स्टिरॉइड्स, अँटिबायोटिक्स, अँटिव्हायरल द्रव्यांचा मारा सुरु झाला. त्याचबरोबर इतरही अनेक औषधे सुरु होतीच.मी स्वतः आयुर्वेद चिकित्सक असल्याने आयुर्वेदाची काही महत्वपूर्ण औषधेही सुरु होती. पण या सर्व औषधांनी काही केल्या माझा त्रास आटोक्यात यायला तयार नव्हता.

इतकी सर्व औषधे सुरु असताना सर्वात महत्त्वाचा होता तो म्हणजे माझा आहार! कारण पोटात अन्न जात असेल तरंच या सर्व औषधांचा सामना करण्याची ताकद माझ्याकडे राहणार होती. प्रत्यक्षात मात्र इथेही माझी हीच बाजू कमकुवत पडायला सुरुवात झाली होती. प्रथमतः दुर्गंधीच्या कारणास्तव जेवणावरची वांछा कमी होऊ लागली. प्रत्येक घास तोंडाजवळ आला की सर्वप्रथम जाणीव व्हायची ती दुर्गंधीची. अशा किळसवाण्या परिस्थितीत कोण अन्नसेवन करू शकेल? मी पुन्हा अस्वस्थ होऊ लागलो. पोटात भूक असायची पण तोंडात घास घेववत नव्हता. तसाच बळजबरीने एक एक घास

ढकलत राहिलो. प्रत्येक घास तोंडात नुसता घोळत राही पण आता मीही हट्टाला पेटलो होतो. ताकद टिकवणं हे माझ्या दृष्टीने फार आवश्यक होतं. त्यामुळे मग पाण्यासोबत एक एक घास नुसता गिळायला सुरुवात केली. दुसरा पर्याय नव्हता! त्यातच भर म्हणून की काय आता कोणतीही भाजी, वरण किंवा आमटी खाणं शक्य होईनासं झालं. यापैकी काहीही खाल्लं तर लगेच खोकल्याची उबळ यायला सुरुवात झाली. त्यामुळे कोरडी चपाती आणि कोरडाच भात मी खाऊ शकत होतो. फक्त हेच पाण्यासोबत गिळण्याचा प्रयत्न सुरु होता. सर्व प्राणिमात्रांचा उगम हा अन्नापासूनच झाला आहे असे भग्वद्गीतेमध्ये एक वचन आलेले आहे. अन्नापासूनच उगम आणि अन्नापासूनच पोषण हा आयुष्याचा नियम आहे. पण माझ्या सद्य परिस्थितीमध्ये अन्नसेवन हाच एक भयंकर अनुभव ठरत होता. एरव्ही सहज उपलब्ध असणारे अन्न आज मात्र समोर असूनही मी त्याचा आस्वाद घेऊ शकत नव्हतो. अन्नाकडे पाहण्याचीही इच्छा आता संपत चालली होती. पोटात भूक आणि नाकात दुर्गंधी! एक दुष्टचक्र माझ्या मागे लागले होते. नियती जेव्हा घाला घालायचे ठरवते तेव्हा अत्यंत कठोर आणि सुदृढ मनोबल असणारा व्यक्तीही त्यामध्ये भरडला जातो हेच खरं!

रात्री कसेबसे जेवण पूर्ण करून अर्थात अर्धवट पूर्ण करून सर्व औषधे घेतली. प्रोटोकॉल्सप्रमाणे इंजेक्शन्स झाल्यावर मी झोपण्याचा प्रयत्न करू लागलो. अजूनही डोकेदुखी आणि ताप होताच. झोपल्यानंतर खोकला वाढतो आहे हे माझ्या लक्षात आले. पण सुदैवाने काही वेळातच त्याचा वेग कमी झाला आणि मला झोप लागली. पुन्हा रात्रभर घामाचे सत्र सुरु झाले. अशक्तपणा वाढत होता. आवाज खूपच खोल गेला होता. मी कुणाशीही फोनवर बोलू शकत नव्हतो. श्रद्धाशीही फक्त मेसेजवरच बोलायचो. मनावरील तणाव सातत्याने वाढत होता. घरातील सर्वांचेच रिपोर्ट्स अजूनही पेंडिंग होते. रात्रभर मनामध्ये विचारांचं काहूर घेऊन झोपलो होतो. त्यामुळे

शांत झोप लागणं शक्य नव्हतं. अनेक विचार, अनेक इच्छा, अनेक आकांक्षा या सर्वांची सरमिसळ मनामध्ये सुरु होती. भविष्याची चिंता तर होतीच पण वर्तमानातही अनेक जबाबदाऱ्या पार पाडण्याचं एक ओझं मनावर वाढत होतं. इतकं असूनही मी हतबल होतो. शरीर आणि मन या दोन्हींवर नियंत्रण प्राप्त करणं माझ्यासाठी अत्यंत दुर्धर बनत चाललं होतं. मनाचा कोंडमारा होत चालला होता. आणि मी फक्त एक साक्षीदार होतो. फक्त एक साक्षीदार!

*****

कोंडमारा

जिथून परतीचे सर्व मार्ग बंद होतात असा अंधःकारमय
प्रवासही संपू शकेल आणि पुन्हा एकदा नवीन उज्ज्वल
आयुष्य सुरु होऊ शकेल ही शक्यताच अनेकदा नवीन
आशा पल्लवित करण्यासाठी पुरेशी ठरते!

कोंडमारा

भावनांचा उद्रेक हा नेहमी मनाला कमकुवत बनवत जातो. वायुसमान किंबहुना त्यापेक्षाही अधिक चंचल असणाऱ्या मनाला असा एखादा धक्का पुरेसा असतो. मग ते संपूर्ण शक्तीने अनियंत्रित होऊ लागतं. त्याला संयमित करण्याचे आपले सर्व प्रयत्न अपुरेच पडतात की काय असं वाटायला लागतं. अनावर झालेल्या भावना, संभ्रम, वैचारिक बधिरता आणि दिशाहीन अनियंत्रित विचारप्रवाह या सर्वांचा मनावरील भार अत्यंत टोकाचा वाढतो. कितीही प्रयत्न केला तरीही सकारात्मक विचार फार काळ मनामध्ये टिकत नाहीत. बेलगाम अवस्थेमध्ये भरकटत चाललेल्या मनाला आवर घालणे अशक्यप्राय होऊन बसतं. एक भयंकर कोंडमारा सुरु होतो. यामध्ये आपलं अस्तित्व आणि व्यक्तिमत्व संपूर्ण भरडून जातं महासागरामध्ये तुफानी वादळ निर्माण व्हावं आणि कागदाच्या होड्यांप्रमाणे मोठमोठी गलबतं महाप्रलयंकारी लाटांसमोर आपलं अस्तित्व टिकवण्यासाठी अयशस्वी प्रयत्न करत राहावीत तशीच आपल्या मनाची बिकट अवस्था होते. या अत्यंत निराशावादी परिस्थितीतही जो आशेची कास घट्ट पकडून राहतो तोच आपल्या बेलगाम विचारांच्या शृंखलेला तोडून टाकण्यात यशस्वी होतो.

मनावर ताबा मिळवण्यापूर्वी प्रथम भयावर ताबा मिळवणं आवश्यक असतं. ज्याला हे जमतं तो नियतीच्या बेड्या झुगारून देतो आणि आपलं अस्तित्व अधिकाधिक तेजस्वी बनवत जातो.

सकाळी उठलो तेव्हा थोडं फ्रेश वाटत होतं. अर्थात अशक्तपणा होताच. कदाचित औषधांच्या प्रभावाने काही काळासाठी का असेना आराम पडला आहे असे जाणवत होते. खोकल्याची उबळही कमी झाली होती. ऑक्सिजनची पातळी नॉर्मल होती. आणि सर्वात महत्त्वाचा सुखकारक बदल म्हणजे दुर्गंधीचे प्रमाण थोडं कमी होत आहे असे जाणवत होते.

मनातील विचारांचं, भावभावनांचं कोडंही काही बेमालूम पद्धतीने काम करत असतं. उलगडतंय असं वाटायला लागलं की गुंता वाढत जातो आणि गुंतत चाललंय असं वाटू लागलं की उलगडायला सुरुवात होते. नैराश्याच्या गर्तेत जाणारं मन सातत्यानं आशेची चाहूल शोधत असतं. नव्या उमेदीची बीजं अंकुरित होण्यासाठी सातत्याने एखादा झरा मनाच्या अंतरंगातून वाहत असला पाहिजे. नाहीतर तुटत असतानाही पुनःपुन्हा भरारी घ्यायचं बळ त्याच्यात कुठून आलं असतं!

त्याहीवेळी काहीसं असंच झालं. थोडं बरं वाटू लागलं आहे अशी जाणीव होताच क्षणार्धात आपण लवकर बरे होऊन घरी परत जाऊ असे वाटून गेले. त्या विचारासरशी थोडासा उत्साह वाढत आहे असेही जाणवले. समस्यांचं निराकरण होणार आहे ही भावनाच किती शक्तिशाली असू शकते. जिथून परतीचे सर्व मार्ग बंद होतात असा अंधःकारमय प्रवासही संपू शकेल आणि पुन्हा एकदा नवीन उज्ज्वल आयुष्य सुरु होऊ शकेल ही शक्यताच अनेकदा नवीन आशा पल्लवित करण्यासाठी पुरेशी ठरते हेच खरं!

पण माझ्या बाबतीत अजूनही हे सर्व मृगजळाप्रमाणे आभासी असंच होतं. कारण काही क्षणांतच नव्या समस्यांचा डोंगर माझ्यासमोर आवासून उभा राहणार होता. सकाळी नाश्ता केला तेव्हा लक्षात आलं की आपल्याला फक्त गोड आणि कडू अशी दोनच प्रकारची चव कळत

आहे. अर्थात त्याने इतका काही फरक पडणारच नव्हता कारण मला तसेही काहीही खाण्याची इच्छाच कमी झाली होती. दुर्गंधी अजूनही येतच होती. खासकरून काहीही खायचं म्हटलं की तीव्रता आणि उग्रता वाढायची. यावर उपाय म्हणून श्रद्धाने मला रूम फ्रेशनर आणि परफ्युम पाठवून दिला. पण त्याचा परिणाम उलटाच झाला. रूम फ्रेशनरच्या उग्र वासाने माझ्यासाठी दुर्गंधीचे प्रमाण वाढवले आणि अधिकच उग्र झाले. सुरुवातीला काही लक्षात येत नव्हते पण काही वेळाने मी त्या रूम फ्रेशनरला कचऱ्याची टोपली दाखवली. तरीदेखील त्याच्या प्रभावाने मला पुढचे साधारण तीस तास ही दुर्गंधी जाणवतच राहिली. आयुष्यात पहिल्यांदाच मला सुगंधी द्रव्यांचाही तिटकारा वाटू लागला होता.

माझी प्रकृती स्थिर आहे असं समजून डॉक्टर्सनी थोडं निरीक्षण करून मगच पुढील निर्णय घ्यायचे ठरवले. अर्थात ते बरोबरच होतं. गरज पडणार नसेल तर विनाकारण औषधांचा मारा करू नये हाच एक सर्वसाधारण नियम ते पाळत होते. तसेही माझे रक्ताचे रिपोर्ट आले होते आणि त्यातील नोंदीनुसार अजूनही तसे काळजी करण्याचे काही कारण दिसत नव्हते. सातवा आणि आठवा दिवस असाच गेला. या दोन दिवसात विशेष म्हणजे मला ताप आला नव्हता पण डोकेदुखी मध्यम प्रमाणात जाणवत होतीच. खोकला अधूनमधून डोके वर काढत होता. खासकरून रात्री झोपताना त्याची तीव्रता वाढत होती. त्यामुळे आधीच हॉस्पिटलमधील बेडमुळे न लागणारी झोप खोकल्याची उबळ आली की पूर्णपणे उडून जायची. दोनच दिवसांत संपूर्ण अंग अवघडून गेले होते. कारण मला फक्त उताणे झोपणेच शक्य होत होते. त्यामध्येदेखील मान जरी एकीकडून दुसरीकडे वळवली तरीही खोकला सुरु व्हायचा. कूस बदलणं तरी पूर्णपणे बंदच झाले होते. त्यामुळे पुन्हा मन अस्वस्थ होऊ लागलं. घरातील इतर सर्वांचे रिपोटर्स यायलादेखील अपेक्षेपेक्षा एक दिवस उशीर झाला होता. दडपण अजूनच वाढत चाललं होत. ही वेळ माझ्यासाठी परीक्षेची ठरत होती. एकीकडे स्वतःला होणारा त्रास आणि

दुसरीकडे कुटुंबियांच्या प्रकृतीची काळजी अशा दुहेरी आव्हानाचा सामना करत असताना मनामध्ये मात्र विचारांची यादवी माजली होती.

रात्री साधारण आठच्या सुमारास माझ्या मोबाईलवर सर्वांचे रिपोर्ट आले. एक वेगळीच अडचण निर्माण करून नियतीने आणखी एक बाजी मारली होती. घरातील सर्वांमध्ये फक्त श्रद्धाचा रिपोर्ट पॉझिटिव्ह होता. बाकी सर्वांचे रिपोर्ट्स निगेटिव्ह आहेत या आनंदापेक्षा एक नवी समस्या सुटणार कशी हा प्रश्न अनुत्तरीतच होता. पेच असा निर्माण झाला होता की माझा चार वर्षांचा मुलगा शुभंकर जो माझ्या किंवा श्रद्धाशिवाय इतर कुणासोबत राहूच शकत नव्हता त्याचा रिपोर्ट निगेटिव्ह होता. त्यातही गेले सहा-सात दिवस तो तिच्याचसोबत एकाच खोलीमध्ये राहत असल्याने आता रिपोर्ट निगेटिव्ह आल्यानंतर त्याला इतर कुणासोबत राहायला सांगणे इतरांसाठी धोकादायक होतं. आणि आता कोणताही धोका पत्करण्याचा विचारही माझ्यासाठी क्लेशदायक होता. माझी द्विधा मनस्थिती लक्षात घेऊन लगेचच माझ्या डॉक्टर मित्रांनी काही ज्येष्ठ बालरोगतज्ज्ञांचा सल्ला घेतला आणि शुभंकरला आईसोबतच राहू देण्याचा निर्णय घेण्यात आला. श्रद्धाला काही सौम्य स्वरूपाची लक्षणे दिसत होती त्यामुळे तिला घरीच उपचार सुरू करण्याचे ठरवले. तरीदेखील बाळाला जवळ ठेवल्याने त्याला काही त्रास तर होणार नाही ना याची चिंता तिला व मला होतीच. सामान्यतः या आजारामध्ये लहान मुलांना जास्त त्रास होत नाही असे बालरोगतज्ज्ञांचे मत होते. पण तरीही चिंतेला जागा होतीच. एकीकडे मन तुटत होते तर दुसरीकडे त्या दोघांनी एकत्र राहणे हाच सद्यःपरिस्थीतीमध्ये एकमेव पर्याय होता.

अत्यंत प्रतिकूल परिस्थितीमध्ये मन बळकट करून धैर्याने मुकाबला करण्याचं सामर्थ्य अशावेळी स्त्रियांच्यामध्ये कुठून येतं कुणास ठाऊक? श्रद्धाने मला निग्रहाने सांगितलं की ती बाळाची पूर्ण काळजी घेऊन स्वतःचीही काळजी घेईल. मग त्यासाठी काहीही करून जाण्याची तिची तयारी होती. मी फक्त खचून न जाता स्वतःची काळजी घ्यावी इतकीच तिची माफक अपेक्षा होती. या तिच्या निर्णयाने

आणि निश्चयाने मन सुखावून गेले आणि आलेल्या भयंकर प्रसंगाला जिद्दीने व धैर्याने तोंड देण्याचा मी मनोमन निश्चय केला.

पण काही गोष्टी या अपेक्षाभंग करून जातात हेच खरं! आपण कितीही धैर्याने मुकाबला करायचा ठरवले तरीही पेच अधिकच वाढत जातात आणि आपण आपल्याही नकळत दुबळे बनत जातो. ताप आणि डोकेदुखी पुन्हा सुरु झाली. आठव्या दिवशीची रात्र तशीच तळमळत गेली. नवव्या दिवशी सकाळी दुर्गंधीचे प्रमाण खूपच कमी झाले आहे असे मला जाणवले. मन सुखावले. पण ताप अजूनही येतच होता. त्यामुळे तोंड मात्र कडवटच होते. त्याचबरोबर ऑक्सिजनची पातळी थोडी खाली सरकत आहे असेही जाणवले. आजपर्यंत सर्व त्रास असूनही साधारण ९८ टक्क्यांपर्यंत स्थिर राहणारी ही पातळी आज मात्र ९५ ते ९६ टक्क्यांपर्यंतच दाखवू लागली. तरीही ही नॉर्मल रेंजच्या जवळ असल्याने त्याकडे फारसे लक्ष दिले नाही. डॉक्टरनी मला सहा मिनिटांची वॉक टेस्ट घ्यायला सांगितली. सलग सहा मिनिटे चालल्यानंतर ऑक्सिजन लेव्हल अचानक किमान दोन टक्क्यांपेक्षा खाली येत नाही आहे ना? एवढेच त्यांना त्यातून पाहायचे होते. कारण तसे होत नसेल तर फुफ्फुसांची कार्यक्षमता अजूनही व्यवस्थित आहे हे सिद्ध होत होतं. मीही मनाची तयारी करून चालायला सुरुवात केली. पण पहिल्या पन्नास पावलांतच मला लक्षात आले की माझा अशक्तपणा कोणत्या टोकाला पोहोचला आहे. आयुष्यभर झपाझप चालणारा मी, पन्नास पावले संथगतीने चालूनही थकायला लागलो. दोन्ही पाय भरून आले आणि अंगात थरथर जाणवू लागली. दोन मिनिटांतच घाम यायला सुरुवात झाली. मागील दहा दिवसांपूर्वी चोपन्न सूर्यनमस्कार घालणारा मी, तिसरा मिनिट संपेपर्यंत पाय ओढत बळजबरीने चालू लागलो. मनामध्ये शेकडो विचार येऊन गेले. आपण इतके अशक्त बनलो आहोत ही भावनाच मनाला क्लेशदायक ठरत होती. पण आता वास्तव स्वीकारणे अपरिहार्यच होते. पुढील तीन मिनिटे संथगतीने चालून पूर्ण करण्यासाठी मला मनामध्ये पराकोटीचे धैर्य एकवटावे लागले. अगदीच

कशीबशी मी सहा मिनिटांची वॉक टेस्ट पूर्ण केली व पुन्हा माझी ऑक्सिजन लेव्हल तपासण्यात आली. मला जितक्या प्रमाणात थकवा जाणवत होता त्या अनुषंगाने ही पातळी खूपच खाली गेली असावी असा माझा कयास होता. पण सुदैवाने तसे झाले नाही. त्यामध्ये फक्त एक टक्क्याचा फरक पडला होता. एका अर्थाने मी सुटकेचा निःश्वास सोडला. पण दुसरीकडे फक्त सहा मिनिटांमध्ये आपली झालेली दमछाक ही विचारचक्राला गती देऊन गेली.

अर्थातच गेल्या नऊ दिवसांत माझे जेवण बऱ्याच अंशी कमी झालेले होते. आणि यामुळेच अशक्तपणा वाढत चालला होता. त्यातच सातत्याने येणारा घाम व सुरु असणारा औषधांचा मारा या सर्वांमुळे त्यात भरच पडत होती. आपलं वजन कमी होत चाललंय याची मला जाणीव होती. हात-पाय बरेच बारीक दिसू लागले होते. एकूणच शक्ती घटत चालली होती. पूर्वी एका मध्यम वेगामध्ये एकसलग मी आठ ते दहा किलोमीटर्स चालू शकत होतो. परंतु आता तीन मिनिटे संथगतीने चालण्याची ताकदही माझ्यामध्ये उरली नव्हती. फक्त नऊ दिवसांत शारीरिक बळ झपाट्याने कमी होत चाललं होतं. हे असंच चालू राहिलं तर? या विचारानेच अंगावर काटा उभा राहिला. पुन्हा एकदा मनामध्ये विचारांचे काहूर माजले. जेवण तर काही केल्या जात नव्हते. भाजी किंवा आमटी खाण्याचा विचार हा भयंकर खोकल्याला आमंत्रण देणारा ठरत होता. मग फक्त कोरडी चपाती आणि कोरडा भात पाण्यासोबत गिळून फार ताकद मिळू शकत नव्हती. भूक मारण्यासाठी हा आहार पुरेसा होता पण यातून पुरेशी पोषणमूल्ये मिळू शकत नव्हती. मला वाटले होते की दुर्गंधी कमी झाल्यावर कदाचित मला अन्न जाऊ लागेल, पण इथेही निराशाच ! कारण दुर्गंधीचे प्रमाण आता अत्यल्प झाले होते. पण तरीही एक घास तोंडातून खाली उतरत नव्हता. खरंतर जेवणाची इच्छाच मरून गेली होती. अजून किती काळ मी असा काढू शकणार आहे काहीच कळत नव्हते. जगायचे असेल तर आता आहार व्यवस्थित घेणे आवश्यक बनलं होतं. आणि त्यादिवशी रात्री जेवणाचा पहिला

घास तोंडात घोळत असताना अचानक डोळ्यांसमोर माझ्या चिमुकल्या मुलाचा, शुभंकरचा निरागस चेहरा आला. त्याच्या डोळ्यांतील ते करुण भाव आठवले. रोज फोनवर 'बाबा तू कधी येणार? तू लवकर ये!' म्हणून सांगणारे त्याचे लडिवाळ बोबडे बोल माझ्या कानामध्ये घुमू लागले. मन अधिरतेच्या परमोच्च शिखरावर जाऊन पोहोचले. आयुष्याची आणि मृत्यूचीही सर्व बंधने झुगारून देऊन आज, आत्ता, याक्षणी त्याला जवळ घ्यावे असे वाटून गेले. मनामध्ये विचारांचे वादळ निर्माण झाले. माझ्या मुलाच्या भवितव्यासाठी मला बरे होणे आवश्यकच होते. माझ्या पाठीमागे त्याच्यासाठी मी अशी कोणतीही शाश्वत गोष्ट सोडून जाणार नव्हतो की ज्यामुळे त्याच्या भविष्याची तरतूद झाली असती. श्रद्धाला, माझ्या पत्नीला मी आयुष्यभराची साथ देण्याचं वचन दिलं होतं. आणि आज तिच्यासाठीही माझ्या पाठीमागे शिल्लक असं काहीच नव्हतं. उरलं असतं तर ते म्हणजे फक्त दुःख, वेदना आणि संकटांची एक अव्याहत मालिका!

जीवनाच्या या वळणावर त्या दोघांना असं सोडून जाणं माझ्यासाठी शक्य नव्हतं. मला परत येणं भागच होतं. एकीकडे मी पूर्ण बरा होऊन घरी यावं यासाठी हे दोघे डोळ्यांत प्राण आणून माझी वाट पाहत होते तर दुसरीकडे मी प्राणांतिक प्रयत्नाने एक एक घास पाण्यासोबत रिचवण्याचा प्रयत्न करत होतो. यानंतरचा प्रत्येक दिवस जेवताना मी स्वतःला फक्त इतकेच सांगत होतो की मला हा एक घास गिळणे या दोघांसाठी आवश्यक आहे. मला घरी परत जावंच लागणार होतं. तेही पूर्ण बरे होऊन. मनातल्या विचारांच्या वावटळीला न जुमानता मला आता हा कोंडमारा भेदून पलीकडे निघून जाण्यासाठी प्रयत्न करणे क्रमप्राप्तच होतं. आणि आता मला याची जाणीव झाली होती!

नियती तिचे फासे आणखीनच घट्ट आवळण्याचा प्रयत्न करत होती. त्या रात्री पुन्हा माझ्या खोकल्याचे प्रमाण वाढले. त्याचबरोबर पुन्हा तापही येऊ लागला. यावेळी काहीतरी भयानक अनुभव मला

यायचा होता. रात्री खोकला वाढला आणि मी उठून बसलो. पण उबळ वाढतच गेली. वाढता - वाढता इतकी वाढली की काही केल्या मला एक श्वास घ्यायचीही उसंत मिळेनाशी झाली. आता माझ्या डोळ्यांसमोर अंधारी येऊ लागली. एक-एक श्वास घेण्यासाठी अत्यंत प्रयत्नाने खोकला दाबून धरावा लागत होता. काहीतरी विपरीत घडत होतं. मी फारच अस्वस्थ बनत चाललो होतो. श्वास पुरत नसल्याने साहजिकच घामाच्या धारा सुरु झाल्या. आणि यातच भर म्हणून नाकातून स्राव सुरु झाला. तोही कदाचित न थांबण्यासाठीच! सुरुवातीची काही मिनिटे गेल्यानंतर माझा अस्वस्थपणा अधिकच वाढू लागला. कारण आता खोकण्याची ताकदही संपत चालली होती. पण काही केल्या खोकला आणि नाकातील स्राव थांबतच नव्हते. मला गुदमरल्यासारखे होऊ लागले. मी सातत्याने ऑक्सिजनची पातळी तपासण्याचा प्रयत्न करू लागलो पण शरीरात इतका कंप सुटला होता की व्यवस्थित काहीच कळत नव्हते. आयुष्यात प्रथमच नाकातून इतक्या मोठ्या प्रमाणात स्राव वाहत होता. एरव्ही सर्दीदेखील क्वचितच होणारा मी, आजच्या नासास्रावाने अगदी कोलमडून पडलो होतो. खोकला थांबावा किंवा किमान त्याचा वेग कमी व्हावा म्हणून त्यातूनच मी खोकल्याचे पातळ औषध घ्यायचा प्रयत्न करू लागलो. पण तेही शक्य होत नव्हते. खरंतर मला तसा वेळच मिळत नव्हता. सलग ४५ ते ५० मिनिटे हा प्रकार असाच सुरु होता. जीव पूर्णतः घुटमळून गेला होता. आता यातून आपण बाहेर पडणे अशक्य आहे अशी जाणीव कुठेतरी दृढ होऊ लागली.

बाहेर अंधार अधिक दाट होत चालला होता आणि आज या रूम नं. ४०८ मध्ये कदाचित मी शेवटच्या श्वासाकडे प्रवास करत होतो. थोड्याच वेळात माझी शुद्ध हरपेल आणि मी मृत्यूच्या घोर अंधकारातून आयुष्याचा शेवट अनुभवत असेन! मी बिछान्याला घट्ट पकडून ठेवले. डोळ्यांसमोर एकदम अंधारून यायचं आणि त्यापाठोपाठ पुन्हा अचानक प्रकाशमय तेज पसरायचं! जन्म आणि मृत्यूच्या परिसीमेवर

जणू काही दोलायमान अवस्थेत माझा प्रवास सुरु होता. कोणत्याही क्षणी आयुष्याची दोरी माझ्या हातून निसटून जाईल अशी शक्यता होती. किंबहुना नियतीची योजनाही तशीच असावी! मला जगायचं होतं! माझ्या पत्नीसाठी! माझ्या मुलासाठी! परंतु परिस्थिती माझ्या हातून वाळूप्रमाणे निसटून चालली होती. मी जितका जास्त स्वतःला सावरायचा प्रयत्न करत होतो तितकाच जास्त कोलमडून पडत होतो. जिद्द कशाला म्हणावं आणि कोणत्या धैर्यानं सामना करावा काहीच कळत नव्हतं. शेवटी श्वास घेणं ही तर माझी मूलभूत गरज होती आणि आज तीच पूर्ण होत नव्हती. त्यातच भरीस भर म्हणून छातीमध्ये व पोटामध्ये तीव्र वेदना सुरु झाल्या. खोकला थांबतच नव्हता. एकावेळेस किमान दोन ते तीन रुमाल भरून जावेत इतक्या मोठ्या प्रमाणात नासास्राव होऊ लागला. यातून मला सोडवू शकणार होता तो फक्त मृत्यू! किमान मलातरी आता असेच वाटू लागले होते. डोळ्यांसमोर श्रद्धा आणि शुभंकरचा चेहरा आणून मी वेदनांच्या परमोच्च शिखरावर फक्त बसून राहिलो, पलंगाला घट्ट पकडून! जणू काही या जगातून दुसऱ्या जगात जाण्यापासून तो पलंग मला अडवणार होता. एक विलक्षण नैराश्य मनामध्ये ठाण मांडून बसले होते. आयुष्याचा कदाचित शेवटचा श्वास घट्ट मुठीत धरून मृत्यूला विरोध करत मी एका विलक्षण हतबलतेने फक्त सहन करत होतो. मृत्यू खुणावत होता आणि मी आयुष्याची कास सोडायला तयार नव्हतो. नियतीचं दान नाकारण्याचा, झुगारून देण्याचा एक हतबल प्रयत्न मी करत होतो. मी फक्त तेच करू शकत होतो!

* * * * *

मनातील विचारांचं, भावभावनांचं कोडंही काही बेमालूम पद्धतीने काम करत असतं. उलगडतंय असं वाटायला लागलं की गुंता वाढत जातो आणि गुंतत चाललंय असं वाटू लागलं की उलगडायला सुरुवात होते.

विलक्षण नैराश्य !

मृत्यूच्या नजरेतूनच आयुष्याचे खरे आयाम स्पष्टपणे दिसू लागतात. सत्याची जाणीव आणि साक्षात्कारी अनुभवांची मालिका इथेच सुरु होते. गरज असते ती फक्त यामध्ये टिकून राहण्याची!

विलक्षण नैराश्य !

निराशेच्या वादळात एकदा मनाचं गलबत गुरफटलं की मग त्याचा अंत लागेपर्यंत फरफट ठरलेलीच! आधीच अंधःकारमय भवितव्य दिसत असताना मनावर दाटलेलं हे नैराश्याचं मळभ आपल्याला अंधाराच्या अधिक खोल गर्तेत ढकलून देतं. अंधाराला दिशा नसतेच! त्यामुळे ही फरफट कुठेपर्यंत चालू राहणार आहे याचा अंदाज येत नाही. पाठोपाठ चालू होतो एक भयंकर प्रवास! जीवनाचा; मृत्यूच्या वाटेवर! तो एक क्षण! फक्त एकच क्षण! कधीही आपल्या आयुष्यावर मात करू शकेल आणि क्षणार्धात सारं काही संपून जाईल! उरेल ती फक्त एक भयाण शांतता! आयुष्याच्या पूर्णविरामानंतरची! इथेच पूर्णविराम असेल का?

नैराश्याच्या खोल गर्तेत अडकून पडलेले असताना मृत्यूच्या दारातच आयुष्याची खरी किंमत कळत असते. मृत्यूच्या नजरेतूनच आयुष्याचे खरे आयाम स्पष्टपणे दिसू लागतात. सत्याची जाणीव आणि साक्षात्कारी अनुभवांची मालिका इथेच सुरु होते. गरज असते ती फक्त यामध्ये टिकून राहण्याची! तुफानी वादळामध्ये उधाणलेल्या समुद्री लाटांवरून प्रवास करताना जे गलबत टिकाव धरून राहतं तेच पुढील

प्रवास करू शकतं! किनाऱ्यापर्यंतचा! वादळ मोठं असू शकतं! ते दीर्घकाळ चालू शकतं! शेवटच्या श्वासापर्यंत आपली सत्वपरीक्षा पाहू शकतं! पण शेवटी कधीतरी ते थांबणार असतं! सागरालाही शांततेची गरज असतेच! त्यानंतरचा प्रवास मात्र साक्षात्काराच्या मुशीतून तावून सुलाखून निघालेला असतो! गरज असते ती फक्त टिकून राहण्याची! वादळाच्या अंतापर्यंत! ज्याला हे जमतं त्याला मृत्यूही किती सकारात्मक असतो ते कळतं! आणि ज्याला हे जमत नाही त्याच्यासाठी हा प्रवास नैराश्यामध्ये गुरफटलेला, अतिशय वेदनादायी असाच असतो!

खोकल्याची न थांबणारी उबळ मला नैराश्याच्या खोल गर्तेत घेऊन चालली होती. क्षणाक्षणाला तुटत जाणारा आत्मविश्वास, कोलमडून पडलेलं धैर्य आणि एका एका श्वासासाठी संघर्ष करणारं आयुष्य! हे कदाचित आता माझ्यासोबतच संपेल अशी जाणीव होऊ लागली. मनामध्ये असंख्य विचार आणि अनेक अनुत्तरित प्रश्न! श्रद्धा आणि शुभंकरच्या भविष्याची चिंता! कुणालाही न सांगता येणारी घुसमट! आणि तुटत चाललेला श्वास! माझं अस्तित्व असं संपू शकत नाही, किंबहुना तसं ते संपू नये असे केविलवाणे विचार मनात डोकावू लागले. एकाच क्षणात मी अनेक घटनांना सामोरा जात होतो.

नियतीचं गणितही नेहमी अगम्यच असतं. आयुष्यात सर्वकाही सुरळीत सुरु असताना अचानक प्रलयंकारी वादळं निर्माण होतात, तर दुसरीकडे विलक्षण नैराश्याची परिस्थिती निर्माण झाल्यामुळे आता सर्वकाही संपेल असं वाटायला लागतं तेव्हा अचानक एक आशेची किरण येते. आणि बुडत्याला काडीचा आधार या न्यायाने ही आपलं आयुष्य आमूलाग्र बदलून टाकायला कारणीभूत ठरते. किमान आपल्याला तरी तसंच वाटत असतं.

डोकं एकसारखं भणभणत असतानाच मला जाणीव झाली की खोकल्याची उबळ थोडी कमी होत चालली आहे. सुमारे ५० ते ५५ मिनिटानंतर मला थोडं हायसं वाटू लागलं. लगेचच मी कफ सिरप घेतलं ज्यामुळे घशामध्ये थोडा गारवा निर्माण झाला. अजूनही घाम पुसत मी

तसाच बसून राहिलो. तोंडाला कोरड पडली होती तरीही कोणतीही हालचाल न करता पुढील पाच मिनिटे मी तसाच बसून राहिलो. खोकल्याचा वेग आता मंदावत चालला होता. तसा मी हळूहळू सावरत चाललो होतो. या संपूर्ण काळात स्वतःला संयमित ठेवून समजावण्याचा प्रयत्न मी सातत्याने करत होतो. पण त्रास इतका पराकोटीला गेला होता की काही केल्या मन शांत होत नव्हतं. साधारण पुढील पाच ते दहा मिनिटांमध्ये खोकला पूर्णपणे शांत झाला. तसा मी उठून पाणी प्यायलो. खोकल्यासोबतच नाकातील स्रावही आता थांबला होता. पूर्वी कधीही न अनुभवलेला असा खोकला आणि नासास्राव आज मी अनुभवला होता. अजूनही संपूर्ण शरीरामध्ये कंप सुटला होता. मध्यरात्र झाली असल्याने मी शांतपणे पडून राहण्याचा प्रयत्न करू लागलो. पण माझ्या पाठीमागील दुष्टचक्र अजून संपले नव्हते. थोड्याच वेळात डोके जड झाले व पाठोपाठ तीव्र डोकेदुखीला सुरुवात झाली. सोबतच तापही वाढू लागला. तशी मला ग्लानी येऊ लागली व मी त्यातच झोपी गेलो.

पहाटेकरून तापाचा वेग वाढतच गेला. तापामुळे मला इतर काहीही सुचत नव्हते. मी फक्त तळमळत झोपून राहिलो होतो. डोके प्रचंड गरम झाले होते. असे वाटत होते की डोळ्यातून व नाकातून अग्निज्वाळा बाहेर पडत आहेत. मी डोळे उघडूच शकत नव्हतो. सकाळी सहाच्या सुमारास एक डॉक्टर आले व माझी तपासणी करू लागले. मी काही बोलण्याच्या मनस्थितीमध्ये नव्हतो. वैद्यकीय महाविद्यालयाचे हॉस्पिटल असल्याने सातत्याने कोणी ना कोणी तपासणी साठी येतच असत. पण रात्रीचा चेकअप झाल्यानंतर सकाळी सुमारे नऊ ते दहा वाजेपर्यंत कोणी येत नसे. सकाळच्या ड्युटी बदलल्यानंतरच डॉक्टरांचा पहिला राउंड होत असे. पण आज अचानक हे डॉक्टर सकाळी सहा वाजता आले होते. माझ्यासाठी तर देवदूतच आले होते. मी फक्त इतकंच सांगू शकलो की मला रात्रभर ताप आहे. त्यांनी सर्वप्रथम ऑक्सिजन लेव्हल तपासून पाहिली तर ती ८४ टक्क्यांपर्यंत खाली

घसरली होती. आपल्याला लगेचच ऑक्सिजन सुरु करावा लागेल असे म्हणून त्यांनी तातडीने आवश्यक सर्व व्यवस्था करायला सुरुवात केली. पुढील पाच ते दहा मिनिटांमध्ये मला ऑक्सिजन मास्क लावण्यात आले व आजपासूनच अँटिव्हायरल औषधाचे पुढील इंजेक्शन सुरु करावे असा शेरा मारून ते निघूनही गेले. ऑक्सिजन लावल्यानंतर काहीच वेळात मला थोडे बरे वाटू लागले. तसा मी उठून बसण्याचा प्रयत्न करू लागलो तर पुन्हा मला खोकला सुरु झाला. पण यावेळी पुढील पाचच मिनिटांमध्ये तो शांत झाला. मी पुन्हा स्वतःला सावरून घेतले. संपूर्ण शरीर ठणकत होते. अशक्तपणा वाढतच चालला होता.

माझ्या रूममध्ये वॉशरूम नसल्याने मला किमान ४० ते ५० पावले चालत जावं लागत होतं. पण ही पन्नास पावले मला आता पन्नास मैलांप्रमाणे वाटू लागली होती. तसाच भिंतीचा आधार घेत मी कसाबसा वॉशरूमपर्यंत जाऊन येत होतो. पण मनामध्ये मात्र तेवढ्याच वेळात असंख्य विचार येऊन जायचे. दिवसभर त्या पॅसेजमध्ये वर्दळ असायची पण रात्रीच्या वेळी कोणीही नसायचे. मला इतका अशक्तपणा होता की कित्येकदा मी पडतो की काय असे वाटून जायचे. वॉशरूमला जाताना ऑक्सिजन मास्क काढूनच जावे लागायचे. त्यामुळे तेवढ्या वेळात पुन्हा ऑक्सिजनची पातळी घसरलेली असायची. त्यामुळे पन्नास पावलेही जड वाटू लागायची. दम लागायचा. अतिशय टोकाचं नैराश्य मनामध्ये साचायचं. असं वाटायचं की रात्रीच्या वेळी जर मी एकटा असताना इथे या पॅसेजमध्ये पडलो तर कदाचित मला बघायलाही कुणी असणार नाही. सकाळपर्यंत या अवस्थेत मी जिवंत राहू शकेन का? हा विचारच मन हेलावून सोडायचा. मी स्वतःलाच धीर देत आणि भिंतीचा आधार घेत कसाबसा जात येत असे. नेमकं इंजेक्शन्सच्या परिणामामुळे रात्री किमान दोन ते तीन वेळा मला वॉशरूमपर्यंत जाऊन यावेच लागे. पण त्याला आता पर्याय नव्हता. सेमीस्पेशल रूममधून स्पेशल रूममध्ये मला शिफ्ट करावं अशी मी हॉस्पिटल प्रशासनाला सारखी विनंती करत होतो. ज्यामुळे माझा हा प्रॉब्लेम मिटू शकणार

होता. पण शहरामध्ये रुग्णसंख्या इतक्या मोठ्या प्रमाणात फोफावली होती की हे सर्व आता कुणाच्याच हातात नव्हते. आपल्याला किमान एखादा बेड हॉस्पिटलमध्ये उपलब्ध होणे हीच यावेळची सुदैवाची गोष्ट होती. यापेक्षा जास्त काही होणे शक्यच नव्हते. पुढील दोनच दिवसांत मी हा विचारच मनातून काढून टाकला. पण हे दोन दिवस मला पूर्णपणे तोडून टाकणारे असेच होते.

प्रत्येकवेळी मी झोपल्यावर खोकल्याची उबळ सुरु व्हायची. कधी दहा-वीस मिनिटे तर कधी कधी पन्नास ते साठ मिनिटे हा खोकला सुरूच असायचा. त्याबरोबर नासास्राव ठरलेलाच! पुनःपुन्हा घुटमळणारा श्वास आणि खचणारा आत्मविश्वास! कूस बदलायचा प्रयत्न केला तरीही खोकला सुरु व्हायचा. उठून बसलो की पुन्हा तेच! दिवसातून किमान चार ते पाच वेळा आणि रात्रीतून किमान तीन ते चार वेळा खोकल्याची तीव्र उबळ ठरलेलीच! कमी पडणाऱ्या श्वासामुळे दरदरून फुटणारा घाम मला अजूनच अशक्त करत होता. डोळ्यासमोर सातत्याने श्रद्धा व शुभंकरचा चेहरा! मला बरं होण्यावाचून दुसरा पर्यायच नव्हता. या दोघांसाठी मला घरी परत जावंच लागणार होतं. पण शरीर साथ देत नव्हतं. पायातून गोळे येत होते. हात थरथरत होते. आणि मनामध्ये भावनांना कंप सुटला होता. सलग बारा दिवस हा त्रास मी सहन करत होतो आणि दिवसेंदिवस मी शरीराने अशक्त व मनाने खचत चाललो होतो. प्रत्येक क्षणाला मृत्यूशी झुंज चालू आहे असं वाटत होतं. कोणत्याही क्षणी प्रकृती पूर्णपणे ढासळेल आणि मी पुन्हा सावरूच शकणार नाही अशी परिस्थिती निर्माण होत होती.

अजूनही नियतीचा खेळ संपला नव्हता. त्यातच पुढील तीन दिवस मला पूर्णपणे तोडून टाकणारे असणार होते. आता तर माझ्या सहनशक्तीचाही अंत होत चालला होता. कदाचित काळानं घाला घालायचं आता निश्चित केलं होतं. अशा परिस्थितीमध्ये मनाला संयमित कसं ठेवायचं? इतका आत्मविश्वास कुठून आणायचा? इतकं बळ कुठून एकवटायचं? एका क्षणार्धात संपणाऱ्या या आयुष्याची दोरी किती

काळ आपण घट्ट पकडून ठेवू शकणार आहोत? विलक्षण नैराश्यची भावना मनात दाटू लागली. पुढील तीन दिवस सातत्याने येणारा खोकला, न कमी होणारा ताप, वाढत जाणारी डोकेदुखी, क्षणाक्षणाला तुटत चाललेला आत्मविश्वास, मृत्यूच्या दाट छायेमध्ये काळवंडून गेलेली भविष्याची स्वप्ने, आपली कर्तव्ये अर्धवट सोडून जाऊ न देणारी मानसिकता, या सर्वांचे फलित म्हणून कोमेजत चाललेले मन, या सर्व घटनांचा आघात सहन करायला आपण खरंच समर्थ असतो का? अशा एक न अनेक प्रश्नांच्या शेवटी उरायचे ते फक्त आणि फक्त घोर नैराश्य!

*****

प्रेरणादायी क्षण : भावनांचा कल्लोळ !

निराशेची वादळं जेव्हा आयुष्यातील उमेदीला झाकोळून टाकणारा अंधःकार निर्माण करतात तेव्हा कुठेतरी याच अंधःकाराच्या गर्भामधून आशेची किरणं नव्या उमेदीला प्रसवत असतात! मृत्यूच्या घनघोर छायेमध्ये जगण्याची प्रेरणा देणारे क्षण इथेच जन्म घेतात! आणि इथेच सुरु होतो नवचैतन्याचा प्रवास! आयुष्याचे खरे मोल याच प्रवासात उमगते!

प्रेरणादायी क्षण : भावनांचा कल्लोळ !

अंधार जेव्हा अधिक दाट व्हायला लागतो त्याचवेळी उष:कालाची बीजं अंकुरित व्हायला सुरुवात झालेली असते. निराशेची वादळं जेव्हा आयुष्यातील उमेदीला झाकोळून टाकणारा अंधःकार निर्माण करतात तेव्हा कुठेतरी याच अंधःकाराच्या गर्भामधून आशेची किरणं नव्या उमेदीला प्रसवत असतात! मृत्यूच्या घनघोर छायेमध्ये जगण्याची प्रेरणा देणारे क्षण इथेच जन्म घेतात! आणि इथेच सुरु होतो नवचैतन्याचा प्रवास! आयुष्याचे खरे मोल याच प्रवासात उमगते! विचारांची गलबतं मग उधाणलेल्या समुद्रलाटांवर स्वैर संचार करू लागतात. तुफानाशी दोन हात करण्याचे बळ एकवटून, निराशेच्या खोल गर्तेतून, आशेच्या उज्ज्वल क्षितिजाकडे आपण मार्गक्रमण करू लागतो. ही प्रेरणा म्हणजेच तो क्षण असतो ज्याच्या आधाराने नियतीचे दान नाकारून स्वतःच्या अस्तित्वासाठी झगडण्याची एक संधी निर्माण होत असते. या संधीचं सोनं करता येणं म्हणजेच मृत्यूच्या घनघोर छायेमध्ये केलेली एका नव्या आयुष्याची सुरुवात असते.

अशाच घनघोर मृत्यूच्या छायेमध्ये माझं अस्तित्व झाकोळलं जात आहे अशी भावना निर्माण करणारी परिस्थिती माझ्या आजूबाजूला

होती. मला त्रास सुरु झाल्यापासून आज बारा दिवस पूर्ण झाले होते पण दिवसेंदिवस त्रास वाढतच चालला होता. पहिल्यांदा घरी असताना, आणि आता हॉस्पिटलमध्ये सर्व चिकित्सा सुरु असतानाही! दिवसातून किमान तीन ते चार वेळा येणारी खोकल्याची उबळ ही प्राणांतिक वेदना देऊन जात होती. त्यातच तापाचा व घामाचा लपंडाव चालूच होता. सलग तीन दिवस खोकला, ताप, डोकेदुखी, घाम आणि पर्यायाने वाढतच चाललेला अशक्तपणा हे सर्व चक्र चालूच होतं. ऑक्सिजन मास्क लावून पडून राहण्यापलीकडे माझ्या हातात दुसरे काहीच नव्हते. रूम नं. ४०८ मध्ये गेले कित्येक दिवस मी तळमळत पडलो होतो आणि तरीही बरे होण्याची कोणतीही चिन्हे आजपर्यंत तरी दिसत नव्हती. प्रत्येक वेळी येणारी खोकल्याची उबळ ही पहिल्यापेक्षा जास्त गंभीर स्वरूपाची असायची. मन तुटत होतं. अचानक असं वाटून जायचं की आता आपला हा शेवटचा श्वास आहे. इथून पुढे आयुष्य नसावं. डोळ्यांसमोर फक्त अंधःकार!

तरीदेखील त्या रूमचा व माझा काहीतरी ऋणानुबंध निर्माण झाला होता. अत्यंत प्रतिकूल आणि निराशाजनक वातावरणामध्ये एक नवा नातेसंबंध निर्माण होऊ पाहत होता. एका पलंगावर पडून राहण्यापलीकडे माझ्या हातात दुसरं काहीच नव्हतं. ती माझी गरजच होती. आणि तसेही त्या पलंगावरून उठून बसावं इतकीही माझ्यामध्ये ताकद नव्हती. खोलीमध्ये असणारी एक खुर्ची मला उठून बसण्यासाठी खुणावत आहे असे वाटून जायचे. पण तसे करणे माझ्यासाठी अजूनही स्वप्नवतच होते. टेबलवर विखरून पडलेली औषधे कदाचित माझ्या बरे होण्याची वाट पाहत असावीत असे वाटायचे. एका भिंतीवर लटकलेला टीव्ही, जो सुरु करण्याची ताकदही माझ्यामध्ये नव्हती; पाहणं तर दूरचीच गोष्ट! कदाचित तोच माझ्यामध्ये डोकावून पाहत असावा! मी त्याला सुरु करण्याचा विचार करेन असे त्याला वाटत असावे! पण माझ्या हतबलतेच्या भोवऱ्यात त्याच्या पदरी फक्त निराशाच येत असावी! त्यामुळे माझ्यावर तो नाराजच आहे असे वाटून

जायचे. एक ऑक्सिजन मास्क लावून स्वतःच्याच एकटेपणातून बाहेर डोकावण्याचा प्रयत्न मी करत होतो. किती दिवस, किती तास, किती क्षण असेच निघून गेले होते; जात होते! पण मग त्याने काय फरक पडणार होता? छताला लटकणारा एक पंखा, ज्याला सुरु करण्याचा विचारही माझ्यासाठी असह्य होता. एरव्ही त्याच्या शीतल हवेमध्ये पडून राहण्याचा मोह आवरणे कठीणच! पण सध्याच्या परिस्थितीमध्ये तीच शीतल हवा माझ्यासाठी भयंकर खोकल्याची उबळ घेऊन येत होती. त्या बंद पंख्याकडे पाहत रात्र रात्रभर घामामध्ये आणि तापामध्ये पडून राहणं हीच एक गोष्ट शक्य होती. आणि एका कोपऱ्यातून सतत माझ्यावर लक्ष ठेवून असणारा एक सीसीटीव्ही कॅमेरा! कोणीतरी सतत मला पाहत असेल कदाचित! किंवा मी एकटा नाही आहे याची फक्त जाणीव करून द्यायला त्याला तिथे लटकवले असावे. माझ्या सोबत एक सूक्ष्म जीव सातत्याने त्या खोलीत माझ्याच शरीरामध्ये राहत होता. एक भयंकर यातनादायी द्वंद्व सुरु होतं. आणि यामध्ये सातत्याने तो मला वरचढ ठरत होता. माझे वय, शरीरयष्टी, रोगप्रतिकारशक्ती, शिक्षण, अनुभव या सर्वांच्या पलीकडे जाऊन माझ्या अहंकाराचे भंजन करून क्षणाक्षणाला मला मृत्यूच्या कराल दाढेमध्ये खेचणारा हा सूक्ष्म विषाणू माझ्या अस्तित्वावरच प्रश्नचिन्ह उपस्थित करत होता. मला इतक्या प्राणांतिक वेदना देऊन त्याला कोणता असा आनंद मिळत असेल कुणास ठाऊक? माझे धैर्य तोडून टाकायला सतत सज्ज असणारा हा विषाणू आणि तुटत चाललेला मी, फक्त इतकंच त्या खोलीमध्ये आता उरलं असेल का? आयुष्याचा शेवट जर असाच होणार असेल तर मग हे आयुष्य आपल्या वाट्याला कशासाठी येत असावं? अनेक प्रश्न अनुत्तरित सोडून जाणं कितपत योग्य असेल? या सर्वांतून शेवटी कुणाला आणि काय साध्य होणार असेल? इतकी वर्षे उराशी बाळगलेली स्वप्ने अशी एका क्षणात अर्धवट सोडून जाणं आणि त्यांची होणारी राखरांगोळी स्वतःच्याच डोळ्यांनी पाहणं किती वेदनादायी असतं हे त्या नियतीला खरंच समजत असेल का? असंख्यात प्रश्नांची

सुरु झालेली मालिका आणि भावनांचा माजलेला कल्लोळ त्या एका दरवाजाजवळ येऊन थांबायचा. तोच एकमेव दरवाजा जो सातत्याने मला विश्वास द्यायचा की अजूनही माझ्यासाठी बाहेर पडण्याचा एक मार्ग खुला आहे. बाहेर एक विलक्षण सुंदर आणि आयुष्यानं नटलेलं जग माझी वाट पाहत आहे. माझे मनोधैर्य खचू नये म्हणून अहोरात्र प्रयत्न करणारे मित्र, नातेवाईक, माझी पत्नी आणि ज्याच्या भविष्याची चिंता मला मृत्यूशीही झुंजायला प्रवृत्त करत होती तो माझा मुलगा! अगदी माझे रुग्णही माझ्यासाठी प्रार्थना करत होते. आयुष्यात आपण काय कमावलं ते इथं या खोली नं. ४०८ मध्ये मला खऱ्या अर्थानं कळलं होतं. या सर्व क्षणांना एकत्रित करून निर्माण होत होती एक अंतः प्रेरणा! जगण्याची एक नवी उमेद! रात्रीच्या त्या घनघोर अंधःकारात एका नव्या पहाटेची जाणीव व्हायला सुरुवात झाली ती इथेच!

जेव्हा अतिशय वेदनादायी प्रवास सुरु असतो तेव्हा वेदना कमी झाल्याने जितके बरे वाटते, त्यापेक्षा जास्त बरे हे प्रवास संपत आला आहे या जाणिवेने वाटते. पण आयुष्याचा प्रवास असा संपत नसतो. किंबहुना तो तसा संपूही नये! तसे झाले तर आयुष्याचे मूळ प्रयोजनच समजणार नाही. आणि प्रयोजनहीन वेदनादायी प्रवास हा जास्त कष्टप्रद असतो. मनामध्ये भावनांचा कल्लोळ माजलेला असतानाच एक विलक्षण अनुभव मला येणार होता. ज्याची कास धरून पैलतीराचा प्रवास पूर्ण करणं मला शक्य होणार होतं. माझ्या मनामध्ये सुरु झालेला निराशेचा खेळ हा माझ्या शारीरिक हतबलतेमधून जन्माला आला होता. त्यातूनच पुढे असह्य वेदनांनी मानसिक अस्वास्थ्य निर्माण झालं होतं. पत्नीच्या आणि मुलाच्या भवितव्याचा विचार करता माझं आयुष्य किती महत्त्वाचं आहे हे लक्षात येत होतं. आणि मृत्यूशी झुंज देत असताना तेच आयुष्य टिकवणं किती अशक्य कोटीतलं बनत चाललं आहे याची जाणीव होऊन मनावरील दडपण अधिकच वाढत होतं. आपल्या कुटुंबाची भविष्यातील आर्थिक तरतूद प्रत्येकजण आपापल्यापरीने करतच असतो. तशीच मीही एक टर्म

इन्शुरन्स पॉलिसी करून ठेवली होती. दुर्दैवाने लॉकडाउनच्या काळात विम्याचा हप्ता भरू न शकल्याने ही पॉलिसी सध्या लॅप्समध्ये होती. त्यामुळे इतके वर्षे सातत्याने कुटुंबासाठी केलेली आर्थिक तरतूद आज याक्षणी तरी माझ्या कुटुंबासाठी निरुपयोगी ठरणार होती. मृत्यूच्या दारात उभे असताना भावना कोणत्या टोकाला जाऊन प्रक्षुभित होत असतात हे शब्दांत व्यक्त करणे अशक्य असतं. मला या गोष्टीचं प्रचंड दुःख होऊ लागलं. आयुष्याची किंमत काही पैश्यांमध्ये करणं जरी शक्य नसलं तरीही आज जर माझा अंत नक्की असेल तर मग माझ्या कुटुंबासाठी, त्यांच्या भविष्यासाठी आर्थिक तरतूद असावी, ही भावना यावेळी मनामध्ये असणं स्वाभाविकच होतं. आपण इतकी वर्षे काम करत असतो ते आपल्या कुटुंबासाठीच! त्यामुळे तशी तरतूद असल्याशिवाय किमान आजतरी मी हा आयुष्याचा डाव असा अर्ध्यावर सोडून जाणं माझ्या मनाला पटत नव्हतं. काही काळ मी स्वतःला खूप दोष दिला. मी विम्याचा हप्ता न भरू शकल्याबद्दल स्वतः ला माफ करू शकत नव्हतो. आज जर माझे आयुष्य संपणार असेल तर माझ्या कुटुंबाच्या होणाऱ्या आर्थिक हेळसांडीला सर्वस्वी मीच जबाबदार असणार होतो. आणि हे मला मान्य नव्हते. परंतु इथेच एका नव्या आशेला पालवी फुटायला सुरुवात होत होती. एकाच घटनेमुळे आयुष्यात निर्माण होणारा अंधःकार, त्याच घटनेला दुसऱ्या नजरेतून पाहिल्याने दूर होतो याचा जाज्वल्य अनुभव मला मिळणार होता. आता माझ्या मनाचा निर्धार व्हायला हीच घटना कारणीभूत ठरणार होती. एकीकडे कुटुंबासाठीचे आर्थिक स्थैर्य नसल्याची टोचणी मनाला लागलेली असतानाच, चमत्कारिकरीत्या मनामध्ये एक विचार स्फुरला! माझ्या कुटुंबासाठी अशा पद्धतीचे कोणतेही आर्थिक स्थैर्य नाही आणि म्हणूनच मला जगणे भाग आहे. त्यासाठी मला या जीवघेण्या आजारावर मात करून पुन्हा उभे राहावे लागेल ही भावना दृढ झाली. एका विलक्षण प्रेरणेने जन्म घेतला! तळपायापासून मस्तकापर्यंत एक विलक्षण ऊर्जा प्रवाहित होत असल्याची जाणीव होऊ लागली. एका

चैतन्याच्या क्षणाचा मी साक्षीदार होऊ लागलो होतो. अत्यंत निराशेच्या क्षणीदेखील जिवंत राहण्याचे एक कारण मला मिळाले होते. गेले कित्येक दिवस मृत्यूला कवटाळण्याची अनेक कारणे माझ्यासमोर होती. पण आज, आत्ता, याक्षणी आयुष्य जगण्याची नवी उमेद निर्माण करणारे कारण मिळाले होते. ज्याप्रमाणे अंधाऱ्या खोलीमध्ये प्रकाशाचा एक किरणदेखील अंधःकाराला दूर करण्याचं सामर्थ्य घेऊन प्रवेश करतो, त्याचप्रमाणे उमेदीचा एक क्षण मनातील सर्व अंधःकाराला पराजित करून नवचैतन्य निर्माण करायला कारणीभूत ठरतो, याचा प्रत्यक्ष अनुभव मी घेत होतो. एका प्रेरणादायी क्षणाचा मी साक्षीदार बनत होतो! मृत्यूशी झुंज द्यायला सर्व सामर्थ्यानिशी तयार होत होतो! नियतीचं दान झुगारायला बळ एकवटत होतो!

*****

एकांतातील अनुभव आणि स्वसंवाद...

आपल्याला असह्य होत असणाऱ्या वेदनांना अलंकृत करून जेव्हा आपण इतरांसमोर मांडतो तेव्हा त्याची बोचरी किनार ही नेहमी आपल्याच बाजूला राहते. त्यामुळे त्यातील वेदनांची जाणीव जरी समोरच्याला झाली तरीही त्याची झळ सौम्य असते.

एकांतातील अनुभव आणि स्वसंवाद...

जेव्हा बाहेरील सर्व मार्ग बंद होतात तेव्हा सुरु होतो एक विलक्षण प्रवास! आपल्याच अंतरंगामध्ये! मनातील भावविश्वाला बहुरंगी आयाम असतात हे तेव्हाच जाणवू लागतं. एकांतातील प्रत्येक क्षण आयुष्याला नवे पैलू पाडून जातो. अनेक जबाबदाऱ्या आणि कर्तव्यांना पार पाडण्यासाठी आपण रोजच झटत असतो. आणि याचंच भलं मोठं ओझं आपण रोज वाहत असतो. या ओझ्याखाली आपलं आयुष्य इतकं भरडत असतं की आपल्या डोळ्यांदेखत आपण स्वतःपासून कित्येक मैल दूर निघून जातो. स्वतःचा कोणताही विचार करण्याची संधी आपल्याला मिळेनाशी होते आणि आपण हरवून जातो. बाहेरील जगामध्ये किड्यामुंग्यांप्रमाणे आपणही गर्दीचा एक भाग बनून जातो.

पण वेळ बदलते आणि काळाच्या कसोटीवर पुन्हा एकदा आपलं अस्तित्व टिकवण्याचा झगडा सुरु होतो. आयुष्याच्या या वळणावर अचानकपणे लादला गेलेला एकांत मनामध्ये विचारांचं काहूर निर्माण करतो. एक-एक क्षण अत्यंत कसोटीचा बनत जातो. हीच वेळ असते जेव्हा एकदातरी आपल्या अंतरंगात डोकावणं गरजेचं असतं.

स्वतःमध्येच गुरफटलेल्या स्वतःला एकदा नीट पारखून, न्याहाळून घेणं आवश्यक असतं. मनामध्ये साचलेल्या भीतीचं सावट दूर करण्यासाठीचे सर्व मार्ग इथूनच खुले होणार असतात. याच एकांतात आपल्या सर्व क्षमता तपासून पाहणे शक्य असतं. ज्याला हे जमतं तो नव्याने चमकायला लागतो आणि ज्याला हे जमत नाही त्याचं विझणं ठरलेलंच!

असाच एक विलक्षण एकांत माझ्या वाट्याला आला होता. एका हायली कम्युनिकेबल आजाराचा मी रुग्ण असल्याने जेव्हापासून मला या आजाराची जाणीव झाली तेव्हापासूनच हा एकांत माझ्या जीवनाचा भाग बनला होता. परंतु जेव्हा मी हॉस्पिटलमध्ये दाखल झालो तेव्हा खऱ्या अर्थाने हा एकांत मला खायला उठू लागला. चार भिंतींमध्ये जखडून राहण्याची सवय कधीच कुणाला असत नाही. त्यातही माझ्यासाठी हा अनुभव अतिशय कष्टदायक असाच ठरत होता. प्रचंड वेदना, श्वासही न घेऊ देणारा खोकला, तीव्र वेगी ज्वर, क्षणाक्षणाला वाढत चाललेलं नैराश्य, मनातील कोंडमारा, न भुतोः न भविष्यतिः असा अशक्तपणा, प्रत्येक क्षणाला जगण्याची उमेद तोडणारा प्रसंग, मृत्यूला कवटाळण्याचं आवाहन, हाताबाहेर चाललेली परिस्थिती आणि या सर्वांवर कळस म्हणजे अत्युच्च टोकाची हतबलता; या सर्वांनी झाकोळलेला एकांत हा अंतर्बाह्य विश्व हादरवून सोडणारा होता. परंतु प्रत्येक नाण्याला दोन बाजू असतात त्याचप्रमाणे या एकांतालाही उमेदीची एक झालर मिळालेली होती. अंत्ययात्रा तर कधीतरी निघणारच असते पण अंतर्यात्रा सुरु व्हायला पाहिजे असे आमचे एक स्नेही नेहमी म्हणायचे. तशीच स्वतःच्या अंतरंगामध्ये डोकावण्याची एक संधी मला या एकांताने दिली होती. अंतर्यामी यात्रा आता सुरु झाली होती. पुढे येणाऱ्या उज्ज्वल भविष्याची बीजे कदाचित याच एकांतामध्ये रोवली जाणार होती. माझ्या व्यक्तिमत्वाला नवे पैलू पाडण्याचे काम याच एकांतातील वेदनादायी प्रवासामध्ये सुरु होते.

अत्यंत प्रतिकूल परिस्थितीमध्ये टिकून राहण्यासाठी सर्वात महत्त्वाचा असतो तो म्हणजे स्वसंवाद! स्वतःच स्वतःशी केलेला

संवाद! आयुष्याच्या लढाईत जेव्हा आपण कमजोर पडतो, पराजय समोर दिसू लागतो, नव्या उमेदीची पालवी फुटेल की नाही अशी शंका निर्माण होऊ लागते, आपल्या आजूबाजूला मृत्यूचे थैमान सुरु असते आणि आपलाही प्रवास त्याच दिशेने सुरु आहे असं प्रकर्षाने जाणवू लागतं, तेव्हा, अगदी त्याक्षणी आपण कसा विचार करतो यावर पुढील भवितव्य ठरत असतं. असं म्हणतात की पराभवाच्या छायेमध्ये आपण कसा विचार करतो यावर अवलंबून असतं की आपण किती वेळाने जिंकणार आहोत! असंच काहीसं याही बाबतीत असतं. मृत्यूच्या दारात आपण कसा विचार करतो यावर अवलंबून असतं की आपण अजून किती काळ जगणार आहोत! आणि त्याहीपेक्षा महत्त्वाचं असं की, यावेळीचा आपला स्वसंवाद हा पुढील आयुष्याची गुणात्मक वाटचाल निश्चित करणारा ठरतो.

या संपूर्ण काळामध्ये माझा स्वतःशी चालू असणारा संवाद अत्यंत महत्त्वाचा होता. सुरुवातीच्या काळात ज्या संभ्रमाच्या अवस्थेमधून मी चाललो होतो, तेव्हा एका विशिष्ट निष्कर्षापर्यंत पोहोचण्यासाठी चालू असणारा संघर्ष आणि याचेच फलित म्हणून जेव्हा जेव्हा हाती निराशा लागत होती, तेव्हा स्वतःला समजावण्यासाठी किंबहुना पुढील संकटांचा सामना करण्यासाठी स्वतःशीच साधलेला संवाद हा मनातील विचारांच्या वादळांमधून वाट काढण्यासाठी नक्कीच सहाय्यभुत ठरत होता. आपण या परिस्थितीमधून बाहेर पडणार आहोत; त्यासाठी या भयंकर लक्षणांचा धैर्याने सामना करणे अत्यंत आवश्यक आहे, हे स्वतः ला समजावणे आणि त्यासाठी स्वतःला तयार करणे मला यामुळेच शक्य होत गेलं. एकीकडे वाढत जाणारा त्रास, प्राणांतिक वेदनांचा प्रवास, खचत चाललेले मन, वाढत जाणारी निराशा आणि दुसरीकडे मनातील विचारमंथनातून निर्माण होणारे नवनीत! माझ्या भावनांना पारावार उरला नव्हता. अशातच आपल्या मनातील दुर्दम्य इच्छाशक्तीची प्रचिती मला येत होती, ती त्याच्या नवसृजनाच्या अनुभवाने! स्वतःला आणि श्रद्धाला धीर देण्यासाठी माझ्याच विचारमंथनातून याही परिस्थितीमध्ये

स्फुरत असणारे काव्य हे अद्भुत होते. या दैवी देणगीतूनच मी स्वतःशी आणि श्रद्धाशी संवाद साधत होतो. माझ्या वेदनांचा पाढा तिच्यासमोर न वाचता या संकटातून मी लवकरच बाहेर येणार आहे अशी तिची समजूत करून देण्यासाठी आणि तिचे मनोधैर्य टिकवून ठेवण्यासाठी हे काव्य अत्यंत गरजेचे होते. हा अनुभव शहारे आणणारा होता. आपल्याला असह्य होत असणाऱ्या वेदनांना अलंकृत करून जेव्हा आपण इतरांसमोर मांडतो, तेव्हा त्याची बोचरी किनार ही नेहमी आपल्याच बाजूला राहते. त्यामुळे त्यातील वेदनांची जाणीव जरी समोरच्याला झाली, तरीही त्याची झळ सौम्य असते. मला स्फुरत असणारे काव्यही असेच निरुपद्रवी होते. आणि तिलाही त्याची आवश्यकता होतीच. स्वतः कोविड पॉझिटिव्ह असताना आपल्या चार वर्षांच्या मुलाची संपूर्ण जबाबदारी घेऊन ती एका रूममध्ये राहत होती. तिच्यासाठीही हा एकांत तितकाच वेदनादायी होता. पण एका क्षणासाठीही आपले दुःख माझ्यासमोर उघड न करता ती आपल्या सर्व जबाबदाऱ्या अत्यंत नेटाने पार पाडत होती. फक्त एका अपेक्षेवर की, मी पूर्ण बरा होऊन घरी परत येईन आणि विस्कटलेल्या आयुष्याची घडी पुन्हा बसवता येईल. तिच्यातील हेच धैर्य आणि आत्मविश्वास मला बळ देत होता. आणि यातूनच निर्माण झालेलं काव्य तिला प्रेरणा देत होतं - 'मैं फिरसे वापस आऊंगा' असं मी तिला लिहून पाठवलं तेव्हा कदाचित मलाच आपण सुखरूप घरी परत जाऊ याची खात्री नव्हती. पण तिचं मनोबल वाढवणं माझ्या दृष्टिकोनातून जास्त महत्त्वाचं होतं. मी तिला देत असणारं आश्वासन एका अर्थाने मी स्वतःलाच देत होतो. आजपर्यंत जीवनात मी हजारो वेळा पडलो होतो. अनेक वेळा अपयशाचा सामना केला होता. त्यामुळे पडणे हा माझा स्वभावधर्मच बनला आहे असं वाटत होतं. परंतु पुन्हा उठून उभे राहणे हीदेखील माझी सवय होती. कितीही अपयश आलं तरीही ते पचवून पुन्हा मुसंडी मारण्याची कला मला अवगत होती. आणि आज मी तिला या काव्यातून याचीच आठवण करून देत होतो. आयुष्य कोलमडून पडत असताना, मृत्यूशी झुंज देऊन, पुन्हा एकदा

नवीन सुरुवात करण्याचं आश्वासन मी तिला आणि स्वतःला देत होतो. पुन्हा एकदा संपूर्ण क्षमतेने आयुष्याच्या वारूवर स्वार होण्याचे स्वप्न मी तिला दाखवत होतो. आपण पाहिलेली सर्व स्वप्ने पूर्ण करण्यासाठीची ठिणगी मी माझ्या आणि तिच्या मनामध्ये निर्माण करत होतो. त्यातूनच पुढे आयुष्याची मशाल प्रज्वलित होईल असा विश्वास निर्माण करण्याचा प्रयत्न मी करत होतो. हा काळ आमच्यासाठी सत्वपरीक्षेचा ठरत होता. लग्न झाल्यापासून गेल्या दहा वर्षांत अशी हतबलता आणि असा विरह आम्ही कधीच अनुभवला नव्हता. अनेक आर्थिक, कौटुंबिक, सामाजिक, मानसिक आणि शारीरिक समस्यांना यापूर्वीही आम्ही तोंड दिले होते. आजही देतच होतो. पण ही वेळ सर्वात कठीण होती! अनपेक्षित होती! भयंकर होती! कोणत्याही क्षणी आपल्या आयुष्याची सूत्रे नियतीच्या हातात जाऊ शकतात याचे भान होते. तरीही यातून बाहेर पडण्याचा एकच मार्ग होता. सकारात्मक स्वसंवाद! आणि तेच मी या काव्यातून करण्याचा प्रयत्न करत होतो. मी स्वतःला आणि श्रद्धाला एक वचन देत होतो की कितीही कठीण प्रसंग येऊदेत मी यातून निभावून नेईन! मी परत येईन! आपली सर्व स्वप्ने पूर्ण करायला माझ्या पूर्ण क्षमतेने मी परत येईन! आणि याचबरोबर माझी स्वतःची वाढणारी जबाबदारी मला जाणवत होती. मला माझं वचन पूर्ण करायचं होतं. आणि यातील सर्वात मोठा अडथळा होता तो म्हणजे समोर उभे असणारे मृत्युसंकट! मृत्यूशी दोन हात केल्याशिवाय मला आयुष्याच्या रंगमंचावर पुनरागमन करणं शक्य नव्हतं.आणि या लढाईत माझं शस्त्र फक्त एकच होतं ते म्हणजे स्वसंवाद! एक सकारात्मक स्वसंवाद! माझं काव्य!

✳✳✳✳✳

नव्या उमेदीची बीजं अंकुरित होण्यासाठी सातत्याने एखादा झरा मनाच्या अंतरंगातून वाहत असला पाहिजे. नाहीतर तुटत असतानाही पुनः पुन्हा भरारी घ्यायचं बळ त्याच्यात कुठून आलं असतं!

सदिच्छा वर्षाव !

कठीण काळात आपण एकटे नाही ही भावनाच
आपल्याला किती समृद्ध बनवत असते.

सदिच्छा वर्षाव !

सद्भावनांचंदेखील स्वतःच असं एक वातावरण असतं. त्यातून सातत्याने सकारात्मक ऊर्जा स्रवत असते. मोठ्या प्रमाणात सद्भावनांचा ओघ जेव्हा एकाच विशिष्ट दिशेने सुरु होतो तेव्हा मार्गातील अनेक संकटांवर मात करण्याची शक्ती त्याच दिशेने प्रवाहित व्हायला सुरुवात होते. सद्भावना! मग त्या आपल्या इतरांविषयी असोत किंवा इतरांच्या आपल्याविषयी! त्यांच्यातून निर्माण होणारा सकारात्मक ऊर्जेचा झरा हा अत्यंत शक्तिशाली असतो. आपल्यामध्ये असणाऱ्या चिकाटी, जिद्द, धैर्य, आत्मविश्वास, विनम्रता, सर्जनशीलता या सर्व गुणांच्या जोडीला जर सद्भावनांची शक्ती असेल तर या जगामध्ये कोणतीही गोष्ट साध्य करणे शक्य होते. प्रतिकूल परिस्थितीला अनुकूलतेमध्ये बदलण्याची ताकद या सद्भावनांमध्ये असते.

एकीकडे कोविड -१९ सारख्या अत्यंत संवेदनशील आणि संसर्गजन्य आजाराने मी ग्रासलो असल्याने, आणि लक्षणांची तीव्रता प्रचंड वाढत असल्याने, हॉस्पिटलच्या एका रूममध्ये कुणाच्याही थेट संपर्कात येणार नाही अशी काळजी घेत मृत्यूसीमेवर माझे द्वंद्व सुरु असतानाच दुसरीकडे सद्भावनांचा एक प्रचंड मोठा ओघ माझ्याकडे

येत होता. माझा आवाज अत्यंत खोल गेल्यामुळे मी कुणाशीही बोलू शकत नव्हतो. पण जसजसे माझ्या आजारपणाबद्दल आणि गंभीर अवस्थेबद्दल मित्रमंडळी, नातेवाईक, रुग्ण तसेच संबंधितांना कळू लागले तसतसे माझ्या फोनवर येणाऱ्या कॉल्सची संख्या दिवसेंदिवस वाढतच गेली. दुर्दैवाने मी यापैकी एकही कॉल रिसिव्ह करू शकत नव्हतो. पण माझ्या प्रकृतीची चौकशी करण्यासाठीची या सर्वांची तळमळ मला जाणवल्याशिवाय राहिली नाही. हजारो कॉल्स व तेवढेच मेसेजेस माझ्या फोनवर झळकत राहिले. माझ्यावर सदिच्छांचा वर्षाव सुरु होता. मी लवकर बरा होऊन घरी परत यावे यासाठी सातत्याने चौकशी व प्रार्थना करणारे मित्रमंडळी आणि नातेवाईक तर होतेच पण ज्यांचा माझा यापूर्वी फक्त व्यवसायानिमित्त संबंध आला होता ते माझे रुग्णही अत्यंत आत्मीयतेने माझी चौकशी करत होते. माझ्यासाठी प्रार्थना करत होते. मला प्रोत्साहित करण्यासाठी मेसेजेस करत होते. कित्येकांनी तर माझ्या सुखरूपतेसाठी देवाकडे साकडेदेखील घातले होते. हे माझ्यावरील सर्वांचे प्रेम पाहून मला अजूनच गहिवरून येत होतं. काही गोष्टींचं ऋण फेडता येत नाही हेच खरं!

सद्भावनांचा ओघ माझ्या जीवनात सकारात्मक ऊर्जा निर्माण करत होता. मरणप्राय वेदनांचा माझा प्रवास याच सद्भावनांच्या बळावर सुरु होता. एकांतामध्येही मी एकटा नाही याची जाणीव करून देणारा अनुभव मी घेत होतो. सद्भावनांचा एक भला मोठा पर्वत माझ्या आणि मृत्यूच्या मध्ये उभा ठाकला होता. मला बरे होण्यापासून आता साक्षात मृत्यूदेखील परावृत्त करू शकणार नव्हता. कठीण काळात आपण एकटे नाही ही भावनाच आपल्याला किती समृद्ध बनवत असते. माझ्या थेट संपर्कात येणं जरी कुणाला शक्य नव्हतं तरीही माझ्या प्रकृतीमध्ये सुधारणा व्हावी म्हणून प्रत्यक्ष अथवा अप्रत्यक्षपणे माझ्यासाठी प्रार्थना करणारी प्रत्येक व्यक्ती, माझ्यासाठी झटणारी प्रत्येक व्यक्ती ही मला भयाण वाटणाऱ्या त्या एकांतामध्येसुद्धा माझ्यासोबतच आहे असे मला जाणवत होते. भौतिक स्तरावर भलेही मी एकटाच होतो पण आता या

हजारो सदिच्छांच्या वर्षावामुळे मी मनाने समृद्ध होत चाललो होतो. कदाचित आता संपूर्ण सृष्टीमध्ये माझ्याइतकं समृद्ध कोणीच उरलं नव्हतं. माझा विजय आता निश्चित होता! नियतीच्या आसुरी पाशातून माझी मुक्तता होणं आता अपरिहार्य बनत चाललं होतं! मी सावरत होतो! आता मला जगायचं होतं! आणि याचबरोबर एका साक्षात्कारी प्रवासाची सुरुवात होत होती !

*****

मृत्यूच्या दारात उभे असताना भावना कोणत्या टोकाला जाऊन प्रक्षुभित होत असतात हे शब्दांत व्यक्त करणे अशक्य असतं.

साक्षात्कारी प्रवास !

जेव्हा साक्षात मृत्यू आयुष्याला आकार देतो तो क्षण संपूर्ण आयुष्याचं वलय बदलून टाकणारा असतो. निराशेच्या घोर अंधःकारामध्ये आशेची बीजे रोवून उज्ज्वल भविष्याकडे वाटचाल करण्यासाठी याच एका क्षणाची कास घट्ट पकडून ठेवणं आवश्यक असतं.

साक्षात्कारी प्रवास !

जीवनाचा खरा अर्थ जवळून समजण्यासाठी मृत्यूसीमेवर उभे राहून आयुष्याकडे पहावे लागते. क्षणार्धात आपला जीवन प्रवास संपू शकतो या कल्पनेने आणि जाणिवेने जीवनाकडे पाहण्याचा आपला दृष्टिकोन संपूर्णतः बदलून जातो. हाच तो क्षण असतो जेव्हा वास्तविक आयुष्य आणि आभास यामधील पडदा गळून पडतो. जेव्हा साक्षात मृत्यू आयुष्याला आकार देतो तो क्षण संपूर्ण आयुष्याचं वलय बदलून टाकणारा असतो. निराशेच्या घोर अंधःकारामध्ये आशेची बीजे रोवून उज्ज्वल भविष्याकडे वाटचाल करण्यासाठी याच एका क्षणाची कास घट्ट पकडून ठेवणं आवश्यक असतं. इथूनच सुरु होतो आयुष्याचा साक्षत्कारी प्रवास! इथेच उमगतं जीवनाचं अनमोलत्व! आणि इथेच सापडतो जीवनाचा खरा अर्थ!

कोविड -१९ चे संक्रमण झाल्यापासून मागील १७ दिवसांचा काळ हा कळत - नकळत मला जीवनाच्या याच टप्प्यावर घेऊन गेला. मृत्यूशी दोन हात करत असताना आयुष्य किती अनमोल आहे याची जाणीव मला क्षणोक्षणी होत होती. आयुष्यभर आपण परिस्थितीला,

मान - सन्मानाला, अहंकाराला, त्याचबरोबर सामाजिक, कौटुंबिक आणि आर्थिक समस्यांना जे अवास्तव महत्त्व देत असतो व त्यातून निर्माण होणारे क्लेशाचे क्षण कुरवाळत बसण्यामध्ये धन्यत्व मानत असतो, हे सर्व कर्म किती क्षुल्लक आणि निष्फळ आहे याची जाणीव याक्षणी मला पुरेपूर होत होती. आयुष्य या सर्वांच्या पलीकडे जाऊन किती उदात्त अंतःकरणाने जगलं गेलं पाहिजे हे उमगलं. आणि हे समजण्यासाठी आपण इतका वेळ घेतो की कदाचित यासाठीची दुसरी संधीदेखील आपल्याकडे नसावी यासारखं दुसरं दुर्दैव ते काय? आयुष्याची खरी किंमत समजण्यासाठी नेहमी मृत्युशय्येवरच जाण्याची गरज का पडावी? आपल्या कर्तव्यांची जाणीव आपल्याला असतेच पण हीच कर्तव्ये पार पाडण्यासाठी पुरेसं आयुष्य असताना आपण त्यासाठीचे आपले प्रयत्न संपूर्ण क्षमतेने करतो का? किंबहुना आपण ज्यांना आपली कर्तव्ये समजतो ती खऱ्या अर्थाने आपली कर्तव्ये आहेत का? आणि सर्वात महत्त्वाचा प्रश्न हा आहे की, आपण ज्या पद्धतीचे आयुष्य जगत आहोत, खऱ्या अर्थाने आयुष्य जगण्याची रीत हीच आहे का? असे एक ना अनेक प्रश्न माझ्यासमोर आवासून उभे होते. मी मात्र निरुत्तर! निःस्तब्ध! आणि निश्चल!

उशिराने सुचलेले शहाणपण म्हणतात ते कदाचित यालाच! पण तरीही ती एक घटना, तो एक क्षण, माझ्या अस्तित्वाची आवश्यकता असल्यामुळेच माझ्या जीवनामध्ये आला होता हे मी आता कधीही नाकारू शकत नाही. मला त्रास सुरु झाल्यापासूनची ती दहावी रात्र होती. जेव्हा माझा त्रास अत्युच्च टोकाला पोहोचला होता आणि अकराव्या दिवसाची ती पहाट माझ्या आयुष्यातील तो एक क्षण घेऊन आली होती. ज्या क्षणाला साक्षात्कारी क्षण असेच मी आता मानतो. हा प्रसंग मी पूर्वीच वर्णन केलेला आहे पण त्या प्रसंगाकडे एका वेगळ्याच नजरेतून पाहिल्यावर मला असे वाटले की खरंच एक शक्ती नेहमीच या विश्वाचे संचलन करत असते. आणि तिला हे नेमकं ठाऊक असतं की

कधी, कुठे आणि कुणाला नियतीच्या पाशातून मुक्त करायचे आहे व त्यासाठी कधी, कुठे आणि कुणाला उद्युक्त करायचं आहे! साक्षात्कारचं बीज कुणाच्या मनात, कुणाच्या माध्यमातून आणि कोणत्या वेळी रोवायचे आहे! असा प्रसंग ज्याच्या आयुष्यात घडतो त्याला आणि फक्त त्याच्यासाठीच याचा अनुभव आयुष्याला संपूर्ण कलाटणी देणारा ठरत असतो. किंबहुना ज्याच्या माध्यमातून ही साक्षात्काराची मुहूर्तमेढ रोवली जाते कदाचित तोही याबाबत संपूर्णपणे अनभिज्ञ असतो!

दहाव्या रात्री मला आलेली भयंकर खोकल्याची उबळ आणि त्यानंतर रात्रभर अंगाची लाहीलाही करणारा ताप, डोक्यामध्ये घणाचे घाव पडावेत अशा वेदना, गुदमरत चाललेला श्वास आणि अत्यंत हतबल अवस्थेत आपल्या मदतीकरता कुणालाही बोलावण्यासाठीही अक्षम असा मी, रात्र संपण्याची किंवा कदाचित आयुष्य संपण्याची वाट पाहत पडून राहिलो असताना, जे हॉस्पिटलमधील माझ्या १२ दिवसांच्या संपूर्ण वास्तव्याच्या काळात घडले नाही असं काही घडणं, म्हणजे मी नियतीच्या क्रूर अशा मृत्युपाशातून मुक्त व्हावं व आपलं जीवनकार्य अधिक उज्ज्वल जाणिवेनं पुढं चालू ठेवावं याच हेतूने घडत होतं. किंबहुना ते तसं घडावं अशी कुणाचीतरी प्रबळ इच्छा होती. माझ्या आयुष्याचं सारथ्य आता प्रत्यक्षात कुणीतरी दुसरंच करत होतं. मृत्यूसीमेपासून खेचत- खेचत कुणीतरी मला जीवनाच्या अथांग सागरामध्ये घेऊन येत होतं. याची जाणीव व्हावी असाच तो प्रसंग होता.

माझ्या हॉस्पिटलमधील संपूर्ण बारा दिवसांच्या वास्तव्यात जे घडलं नाही ते म्हणजे पहाटे सहाच्या सुमारास कोणीही डॉक्टर माझ्या तपासणीसाठी रूममध्ये आले नव्हते. सकाळी आठला ड्युटी बदलल्यावर साधारणतः साडेनऊ ते दहाच्या सुमारास पहिल्यांदा राऊंडसाठी डॉक्टर येत असत. पण त्यादिवशी जेव्हा मी अत्यंत बिकट परिस्थितीमध्ये होतो, तेव्हा सकाळी सहाच्या सुमारास एक मेडिसिनचा

विद्यार्थी डॉक्टर माझ्या रूममध्ये येतो काय आणि माझी आयुष्याशी जोडलेली नाळ अधिकच घट्ट करून जातो काय! त्याक्षणी रात्रभर वाढलेल्या तापाने आणि अस्वस्थपणामुळे माझी ऑक्सिजन पातळी ८४ टक्क्यांपर्यंत खालावली होती. या व्यक्तीने येऊन जर ताबडतोब ऑक्सिजन सप्लाय सुरु केला नसता तर कदाचित पुढील दोन ते तीन तासांत माझी प्रकृती इतकी ढासळली असती की त्यानंतर राउंडला येणाऱ्या डॉक्टरना फारसे काही करता आले नसते. कोविड -१९ चे हेच तर मुख्य वैशिष्ट्य आहे. यामध्ये प्रकृती खालावताना इतक्या झपाझप खालावत जाते की त्यानंतर रिकव्हरीची सर्व द्वारे आपोआप बंद होत जातात. एका ठराविक क्षणी रुग्ण असाध्यतेच्या सीमेपलीकडे निघून जातो आणि मग उरते ती फक्त एक औपचारिकता! मृत्यू येईपर्यंत वाट पाहण्याची!

म्हणूनच त्याक्षणाचा विचार करता आजही हेच जाणवते की एक अगम्य शक्ती आपल्या पाठीशी काम करत असली पाहिजे. आपल्याला मृत्युशय्येवरून उठवून जीवनाचे महत्त्व पटवून देण्यासाठी, एका विशिष्ट क्षणी, एका विशिष्ट व्यक्तीला, एका विशिष्ट पद्धतीने काम करण्याची प्रेरणा होते आणि नेहमीच्या वेळापत्रकापेक्षा वेगळ्या पद्धतीने काम करण्यास ती व्यक्ती प्रवृत्त होते. हा काही निव्वळ योगायोग असू शकत नाही. यावेळी त्या व्यक्तीचा हुद्दा किंवा पात्रता महत्त्वाची नसते तर महत्त्वाची असते त्याची कार्य सिद्ध करण्याची प्रेरणा! महत्त्वाची असते ती शक्ती जी नियतीच्या विरुद्ध जाऊन आपले रक्षण करण्यासाठी कटिबद्ध असते! मृत्यूच्या नजरेतून जीवनाकडे अधिक सजगतेने पाहण्याची पात्रता आपल्यामध्ये निर्माण करणारा हा क्षण आपल्या आयुष्याला साक्षात्काराचा अनुभव देऊन जातो! आपल्या जाणिवा अधिक प्रबळ होत जातात. आणि जीवनाचे नवे आयाम आपल्यासाठी खुले होतात. अत्यंत नैराश्याच्या क्षणीदेखील हीच शक्ती आपल्या आयुष्यातील अनेक विवंचनांमधून आपल्याला बाहेर काढण्यास प्रवृत्त

होते. ही योजना नेमकी कुणाची असते? मृत्यूसीमेवरही आपण जगावं हे कोण ठरवतं? जीवावर बेतणाऱ्या संकटांमधून आपल्याला बाहेर खेचून जीवनाचं मोल कोण शिकवतं? अशा अनेक निरुत्तरित प्रश्नांची उत्तरे जेव्हा फक्त एका जाणिवेतून मिळतात तेव्हा आपल्या संवेदनांना काही वेगळेच उमाळे फुटू लागतात. साक्षात्कारी प्रवासातील अनेक गोष्टी शब्दांमध्ये मांडूनही अगम्यच राहतात. शेवटी सर्वच संकेतांचे विश्लेषण शब्दबद्ध करता येणं केवळ अशक्यच! शब्दातीत आणि निर्गुण विषयाची जाणीव हेच यासाठीचे उत्तर असते. आणि याच मार्गावर प्रवास करत असताना आयुष्यचा गुरुमंत्र आपल्याला मिळून जातो.

अकराव्या दिवसापासून साधारणतः पुढील पाच दिवस म्हणजेच पंधराव्या दिवसापर्यंत वाढत चाललेला त्रास आणि होणारी घुसमट सहन करण्याचं सामर्थ्य जर मला कुठून मिळालं असेल तर ते याच साक्षात्कारी जाणिवेतून! यानंतरच्या सोळाव्या व सतराव्या दिवशी अचानकपणे कमी झालेला त्रास आणि अत्यंत अशक्त पण पूर्णपणे सुखरूप अवस्थेमध्ये माझी झालेली घरवापसी, हा सर्व घटनाक्रम म्हणजे एका अगम्य शक्तीचा झरा, माझ्या अस्तित्वावर निर्माण झालेल्या प्रश्नचिन्हाचे उत्तर बनून माझ्या आयुष्याचा गुरुमंत्र बनत चालला होता हेच खरे! हीच माझ्यासाठी उज्ज्वल भविष्याची नांदी ठरणार होती. एका अगम्य शक्तीने ज्या नियतीच्या आसुरी पाशातून मला मुक्त केले होते त्याच नियतीच्या उदरी पुनःश्च माझे जनन करण्याचा संपूर्ण प्रबंध करून ठेवला होता. माझा पुनर्जन्म होत होता!

*****

धैर्य, जिद्द, चिकाटी हे शब्दही ज्याचे वर्णन करायला कमी पडतील अशा एका अद्भुत शक्तीचा संचार जेव्हा आपल्या शरीरात होतो तेव्हा मृत्युदायी वेदनांचा प्रवासही फुलांच्या पायघड्यांवरून जाणवणाऱ्या कोमल स्पर्शासारखा ठरू शकतो.

आयुष्याचा गुरुमंत्र...

आयुष्याचं दान जेव्हा साक्षात मृत्यूच्या झोळीतून आपल्या पदरात पडतं तेव्हा ते सर्वश्रेष्ठ दान ठरतं. एक याचक म्हणून याचना केल्याने हे दान आपल्याला मिळत नाही तर अत्यंत जिद्दीने जेव्हा आपण त्याचा सामना करतो तेव्हा आपल्या आंतरिक शक्तीच्या बळावर हे वरदान आपल्या पदरात पाडून घ्यावं लागतं.

आयुष्याचा गुरुमंत्र...

अज्ञानाच्या अंधःकारामुळे अंध झालेल्या ज्ञानचक्षूंना ज्ञानाच्या भासमान प्रकाशाकडे जो घेऊन जातो त्याला गुरु म्हणतात. याच प्रवासामध्ये अंधःकारापासून प्रकाशाकडे वाटचाल पूर्ण करण्यासाठी ज्याचा आधार घेतला जातो त्या गुरूंच्या उपदेशाला गुरुमंत्र असे आपण म्हणतो. आयुष्याच्या लढाईत सर्वश्रेष्ठ गुरु म्हणजे अनुभव! त्यातही साक्षात मृत्यूचा अनुभव आपल्याला आयुष्य परिपूर्णतेने आणि सक्षमपणे जगण्याचा गुरुमंत्र देऊन जातो. गरज असते ती फक्त आपली दृष्टी तिकडे वळवण्याची! जो अनुभवातून शिकतो तो तरतो आणि ज्याला हे जमत नाही त्याचं बुडणं निश्चित !

१७ दिवस आपलं आयुष्य संपूर्णपणे बदलून टाकू शकतात हे जर मला यापूर्वी कुणी सांगितलं असतं तर कदाचित मला ते पटलं नसतं. किंबहुना हा विषय मी अगदीच थट्टेवारी नेला असता. जे सदतीस वर्षांत बदललं नाही ते केवळ काही दिवसांत बदलणे कसं शक्य आहे? पण याच १७ दिवसांत आयुष्याकडे पाहण्याचा, त्याचे सूक्ष्म अवलोकन करण्याचा माझा दृष्टिकोन संपूर्णतः बदलून गेला. मरणप्राय वेदनांच्या प्रवासामध्ये जेव्हा आपलं मनोबल अस्ताला जाऊ लागतं तेव्हा हीच

परिस्थिती आपल्याला आयुष्य जगायला शिकवते असं म्हटलं तर कदाचित ती अतिशयोक्ती वाटेल. पण वास्तव हे नेहमीच अचंबित करणारं असतं. माझ्याही समोर असंच अचंबित करणारं वास्तव उभं होतं. ज्या क्षणाला मृत्यूला कवटाळावं आणि या सर्व वेदनांचा प्रवास थांबवावा असं वाटत होतं, नेमकं त्याच क्षणाला आयुष्याचा गुरुमंत्र कुणीतरी माझ्या कानात फुंकत होतं. आजपर्यंत मी जगत असलेलं आयुष्य आणि आज मला उमगलेलं आयुष्य या दोन्ही पूर्णपणे भिन्न गोष्टी होत्या. मृत्यू कितीही शक्तिशाली असला तरीही आयुष्य त्यापेक्षा कित्येक पटींनी श्रेष्ठ असतं हे मी प्रथमच अनुभवत होतो. १७ दिवस होणारी घुसमट, कोंडणारा श्वास मला त्रास देत होता. खोकल्याची आलेली एक उबळ मला मृत्यूच्या उंबरठ्यावर उभी करून जात होती. या क्षणांमध्ये येणारा अनुभव हा नक्कीच आल्हाददायक नव्हता पण याच क्षणांनी आयुष्याचा अर्थ मला शिकवला. आपल्या शरीरामध्ये प्रवेश करणाऱ्या प्रत्येक श्वासाचं महत्त्व मला समजलं ते याच क्षणी ! आयुष्य म्हणजे भूतकाळात घडून गेलेल्या घटनांची शृंखला किंवा भविष्यामध्ये अजूनही न घडलेल्या घटनाक्रमांची मालिका नसून, आज ज्या एका श्वासासाठी मी इतका तडफडत आहे, तो एकच श्वास जो आज - आत्ता- या क्षणाला माझ्या शरीरामध्ये प्रवेश करत आहे; किंबहुना त्याने तसा प्रवेश करावा यासाठीच माझी सर्व तडफड सुरु आहे, तो एक श्वास म्हणजेच आयुष्य आहे अशी तीव्र जाणीव मला याक्षणी होत होती. एकेका श्वासाला किती महत्त्व आहे हे आज मी अनुभवत होतो. याच प्राणवायूची प्रतीक्षा मी प्राण कंठाशी आणून करत होतो.

आयुष्य वर्तमानात जगण्याचं महत्त्व मला याच काळात उमगलं. भूतकाळ हा वर्तमानातूनच जन्माला येतो तर भविष्याचे सृजनही याच वर्तमानतून होत असतं. तेव्हा आजचा प्रत्येक क्षण किती महत्त्वाचा आहे हे मला जाणवायला सुरुवात झाली तीदेखील याच क्षणी ! वेळेचं मोल मी पूर्वीपासूनच जाणून होतो पण वेळ किती अनमोल आहे हे मी आज अनुभवत होतो. वेळ आपल्या हातून निसटून गेली तर परतीचे

सर्व मार्ग कसे बंद होऊ शकतात हे मी नुकतंच अनुभवलं होतं.

आपलं अस्तित्व हे फक्त आपल्यासाठीच महत्त्वाचं नसून आपल्यावर अवलंबून असणाऱ्या अनेकांसाठी तितकंच महत्त्वाचं कसं ठरू शकतं हे मी पाहत होतो. एका दृष्टीने पाहिलं तर या जगात कुणाचंही कुणावाचून काहीच अडत नाही हे खरं असलं तरीही, एखाद्या व्यक्तीच्या आकस्मिक जाण्यानं काही काळासाठी का असेना त्याच्यावर अवलंबून असणाऱ्यांचं आयुष्य सैरभैर मात्र नक्कीच होऊ शकतं. खासकरून आपली पत्नी जी आपल्यावर जीवापाड प्रेम करते आणि आपले मूल ज्याची निरागस नजर सतत आपल्याला शोधत असते, यांचे आयुष्य आपल्या आकस्मिक जाण्याने अडणार नसले तरीही उध्वस्त मात्र नक्कीच होऊ शकते याची जाणीवच अस्वस्थ करून सोडणारी आहे. असं झालं तर अजूनही कित्येक वर्षे त्यांना मूळपदावर यायला लागतील आणि तितका काळ सातत्याने येणाऱ्या संकटांना धैर्याने तोंड देण्याची ताकद उरली नाही तर? ती ताकद त्यांच्यात निर्माण करायची असेल तर आज आपल्याला मृत्यूला पराजित करावंच लागेल. त्यासाठी कितीही संकटे आली तरीही टिकून राहणं किती महत्त्वाचं आहे हे मला याच प्रवासात उमगलं.

आजपर्यंतच्या माझ्या सर्व मान्यतांना छेद देण्याचं काम या एका अतिसूक्ष्म विषाणूने केलं होतं. आपण ज्याला उघड्या डोळ्यांनी पाहू शकत नाही त्या अतिसूक्ष्म जिवाने माझ्यासोबतच संपूर्ण मानवजातीचे गर्वहरण केले होते. हॉस्पिटलच्या एका खोलीमध्ये मी मात्र आयुष्याचा एक नवा अध्याय गिरवत होतो. धैर्य, जिद्द, चिकाटी हे शब्दही ज्याचे वर्णन करायला कमी पडतील अशा एका अद्भुत शक्तीचा संचार जेव्हा आपल्या शरीरात होतो तेव्हा मृत्युदायी वेदनांचा प्रवासही फुलांच्या पायघड्यांवरून जाणवणाऱ्या कोमल स्पर्शासारखा ठरू शकतो हे मी प्रत्यक्ष अनुभवत होतो. अनुभवाने माणूस शहाणा होतो हे मी आजपर्यंत ऐकत आलो होतो, पण अत्यंत वाईट आणि प्रतिकूल परिस्थितीमध्ये मृत्यूचा अनुभव हा माणसाला फक्त शहाणेच नाही तर सुजाण बनवतो

हेही आता लक्षात येऊ लागले होते. मृत्यूच्या भयावर मात करण्याचं साहस प्रत्यक्ष मृत्यूच आपल्याला देऊ शकतो. आयुष्याचं दान जेव्हा साक्षात मृत्यूच्या झोळीतून आपल्या पदरात पडतं तेव्हा ते सर्वश्रेष्ठ दान ठरतं. एक याचक म्हणून याचना केल्याने हे दान आपल्याला मिळत नाही तर अत्यंत जिद्दीने जेव्हा आपण त्याचा सामना करतो तेव्हा आपल्या आंतरिक शक्तीच्या बळावर हे वरदान आपल्या पदरात पाडून घ्यावं लागतं. माझ्याप्रमाणेच विविध कारणांनी मृत्युशय्येवरून पुन्हा आयुष्याकडे प्रवास करणाऱ्यांचा अनुभवही असाच असला पाहिजे असे आता माझे ठाम मत झाले आहे.

आयुष्य जगण्याचा किंबहुना उत्तम दर्जाचे व आनंददायी आयुष्याचा सर्वात सोपा गुरुमंत्र मला मिळाला तो म्हणजे प्रत्येक श्वास पूर्णार्थाने जगणे! मागे घडून गेलेल्या आणि पुढे न घडलेल्या घटनांचे ओझे न बाळगता आत्ताचा हा क्षण सत्कारणी लावणे! आपली कर्तव्ये पूर्ण करत असतानाच प्रत्येक क्षण समाजाला व कुटुंबाला भरभरून प्रेम द्यावं कारण सरतेशेवटी टिकणारी एकमेव गोष्ट म्हणजे प्रेम ! बाकी सर्व नश्वर आहे. मृत्यूच्या दारात उभे असताना काहीतरी अपूर्ण राहिल्याची जाणीव न होणे हेच जीवनाचे श्रेय असते. त्यामुळे जे काही करायचे आहे ते आज आणि आत्ता, या क्षणाला करून रिकामे व्हावे. पश्चात्तापासाठी आयुष्य खूप छोटे आहे. कदाचित पश्चात्तापासाठी वेळच आपल्यला मिळाला नाही तर? जीवनातील अनेक प्रसंगांमध्ये कुणाचे मन आपल्यामुळे दुखावले असेल तर हाच तो क्षण आहे जेव्हा आपण माफी मागू शकतो. कुणाचे आभार मानायचे असतील तरीही आत्तासारखा दुसरा सुवर्णक्षण शोधूनही सापडणार नाही. सर्वकाही उद्यावर ढकलण्याची जी आपल्याला सवय झाली आहे ती बदलण्याची वेळही हीच आहे. या आत्ताच्या एका क्षणात संपूर्ण सुखी आयुष्याचं गुपित दडलेलं आहे. आयुष्य खरंच खूप सोपं असतं. आपण त्यामध्ये अनेक कंगोरे निर्माण करतो आणि मग ते गुंतत जातं, स्वतःच्याच भावविश्वामध्ये! एक विलक्षण द्वंद्व आपण निर्माण करतो आणि

स्वतःशीच झगडत राहतो आयुष्यभर! अव्यक्त, असमाधानी आणि बेभान मन घेऊन!

आयुष्यामध्ये सर्वात महत्त्वाची गोष्ट जर कोणती असेल तर ती म्हणजे समाधान! आंतरिक शांतीसाठी मानसिक समाधानासारखे दुसरे औषध नाही. परंतु आपलं स्वतःकडून आणि समाजाकडून असणाऱ्या अपेक्षांचं ओझं इतकं मोठं बनत जातं की आपण त्या ओझ्याखाली केव्हा घुसमटत जातो तेच कळत नाही. एकेका श्वासामध्ये एकेक आयुष्य असताना अखंड आयुष्यभर आपण जगतो ती फक्त एक घुसमट! आपल्याच अपेक्षांच्या ओझ्याची! एकही श्वास मोकळ्या मनाने घेण्यासाठी आपण कधीच शांत नसतो. आपलं आयुष्य इतकं व्यस्त कधी बनून गेलं आहे याचं कोणतंही भान आपल्याला उरलेलंच नाही. व्यस्त दिनचर्येमध्ये आपण आपले आयुष्यच हरवून बसलो आहोत याची जाणीव करून देणारे हे १७ दिवस माझ्या जीवनात आले आणि मृत्युसंकटावर मात करून स्वतःमध्ये डोकावण्याची एक अद्भुत संधी मला मिळण्यामध्ये नियतीच्या पलीकडेही एक शक्ती नक्कीच काम करत असली पाहिजे याची जाणीव करून देऊन गेले. नियतीही जिची आज्ञा मोडू शकत नाही अशी एक शक्ती या विश्वामध्ये असल्याची जाणीव मला झाली ती याच प्रवासात! मृत्युशय्येवर मिळालेला आयुष्याचा गुरुमंत्र आणि आयुष्यभर जपण्यासाठी आंतरिक शक्तीचा ठेवा घेऊन, माझा याच जाणिवेतून नेणिवेकडे घेऊन जाणारा एक अद्भुत प्रवास सुरु झाला.

*****

मृत्यूच्या दारात आपण कसा विचार करतो यावर अवलंबून असतं की आपण अजून किती काळ जगणार आहोत! आणि त्याहीपेक्षा महत्त्वाचं असं की, यावेळीचा आपला स्वसंवाद हा पुढील आयुष्याची गुणात्मक वाटचाल निश्चित करणारा ठरतो.

द्वंद्व समाप्ती...!

शेवटी आयुष्य हे देखील एक द्वंद्वच असतं! सातत्याने मृत्यूशी सामना करण्यासाठी पुकारलेलं द्वंद्व! केव्हातरी यामध्ये मृत्यू जिंकणार असतोच! पण तोपर्यंत प्रत्येक दिवस आणि प्रत्येक क्षण हा आपला असतो. तो प्रत्येक क्षण सर्वार्थानं जगता येणं म्हणजेच आयुष्य! छोट्या-छोट्या क्षणांमधील आनंद वेचता येणं म्हणजे आयुष्य!

द्वंद्व समाप्ती...!

विचार करण्याची व त्यानुसार नियोजनबद्ध आयुष्य जगण्याची शक्ती फक्त मनुष्याकडेच आहे. इतर प्राणी किंवा पक्षी विचार करत असतीलही; पण त्यानुसार अनुकरण करून सातत्याने नवनिर्मितीचा ध्यास घेण्याची पात्रता त्यांच्यामध्ये दिसून येत नाही. याच विचारशक्तीचा अतिरेक झाल्यामुळे म्हणा किंवा आयुष्यातील अनेक छोट्या- मोठ्या प्रसंगांना दिले गेलेले अवास्तव महत्त्व आणि त्यावर सातत्याने केले गेलेले विचारमंथन यामुळे म्हणा; कधीतरी माणसाच्या मनामध्ये दोन भिन्न टोकाचे विचार एकमेकांसमोर उभे ठाकतात आणि त्यातून सुरु होते एक विलक्षण द्वंद्व! स्वतःचेच, स्वतःशीच! काही अनपेक्षित प्रसंगांनी आपल्या अस्तित्वावर ओढवलेले संकट मनामध्ये अस्ताव्यस्त पसरलेल्या भावनांचा गदारोळ निर्माण करते आणि सातत्याने चालू राहणाऱ्या या विचारचक्रामुळे मनातील विचारपटलाचे रूपांतर कधी रणभूमीमध्ये होतं तेच कळत नाही. अशा प्रसंगामध्ये अत्यंत धैर्याने मनावर संयम प्राप्त करण्यासाठी प्रयत्नशील होणे गरजेचे असते. पण नेमकं याच वेळी सर्वकाही आपल्या हाताबाहेर चाललं आहे असं जाणवू लागतं. मनामध्ये विचारांचा गदारोळ सुरु असताना आणि

शरीराचीही साथ मिळत नसताना, जो वेदनादायी प्रवास सुरु असतो, त्यावर मात करण्यासाठीचं द्वंद्व हे अस्तित्व रक्षणासाठीचं द्वंद्व असतं. यापरिस्थितीमध्ये तग धरून राहणं हेच मोठं शस्त्र असतं. ज्याला हे जमतं तो सज्ज होतो पुढील आयुष्याची सक्षम वाटचाल करायला आणि जो तग धरू शकत नाही त्याचा विनाश अटळ असतो! शेवटी आयुष्य हे देखील एक द्वंद्वच असतं! सातत्याने मृत्यूशी सामना करण्यासाठी पुकारलेलं द्वंद्व! केव्हातरी यामध्ये मृत्यू जिंकणार असतोच! पण तोपर्यंत प्रत्येक दिवस आणि प्रत्येक क्षण हा आपला असतो. तो प्रत्येक क्षण सर्वार्थानं जगता येणं म्हणजेच आयुष्य! छोट्या - छोट्या क्षणांमधील आनंद वेचता येणं म्हणजे आयुष्य!

मला त्रास सुरु झाल्यापासून पंधरावा दिवस हा माझा हॉस्पिटलमधील दहावा दिवस होता. कोविड - १९ साठी आवश्यक सर्व प्रोटोकॉलप्रमाणे ट्रीटमेंट सुरूच होती. किंबहुना ती आता शेवटच्या टप्प्यात होती. अजूनही माझा त्रास म्हणावा असा कमी होताना दिसत नव्हता. काही मनोबल वाढवणाऱ्या प्रसंगांनी माझा विश्वास जरी दुणावला होता तरीही आता पुढे काय हा प्रश्न होताच! कारण प्रोटोकॉलप्रमाणे ट्रीटमेंट आज संपत होती आणि अजूनही मी स्थिर नव्हतो. अस्वस्थपणा वाढायला इतकं कारण आता पुरेसं होतं. ज्या मनामध्ये गेले पंधरा दिवस रणांगण उभे राहिले होते त्या मनाने धैर्यावरही अविश्वास दाखवावा हे स्वाभाविकच होतं. मला यातून बरं व्हायचं आहे हे मी मनामध्ये पक्कं ठरवलं असलं तरीही शरीर अजूनही साथ देत नव्हतं. मी शरीराने पुष्कळंच अशक्त झालो होतो. गेल्या पंधरा दिवसात वजनामध्ये सात किलोची घट झाली होती. अचानक इतके वजन कमी झाल्याने अशक्तपणा पराकोटीला गेला होता. शरीरावरील संपूर्ण त्वचा आता बधिर झाली होती. तपासणीसाठी रक्त काढून घेत असताना पूर्वी जाणवणारी वेदना आता जाणवायची बंद झाली होती. पंधरा दिवसांपैकी नऊ दिवस मी फक्त एकाच पोझिशनमध्ये झोपत असल्याने आणि त्यातही दिवसातील बावीस तास झोपूनच रहावे

लागल्याने संपूर्ण पाठ अवघडून गेली होती. खोकल्याची उबळ येऊ नये म्हणून मी झोपलेल्या अवस्थेत मानही हलवायचो नाही. याचा परिणाम म्हणून मानेचे स्नायूही पूर्णपणे स्तंभित झाले आहेत अशी जाणीव होत होती. कोणतीही वस्तू उचलताना किंवा अगदी न उचलताही हातांकडे पाहिलं तर सुटणारा कंप स्पष्टपणे जाणवत होता. दिवसांतून तीन-तीन वेळा तापानंतर येणारा घामही आता मला अस्वस्थ करत नव्हता; पण गेल्या पंधरा दिवसांत आंघोळही न करू शकल्याने शरीर अत्यंत मलिन झाले आहे याची जाणीव सातत्याने होत होती. इतके सर्व असूनही उद्यापासून पुढे काय हा प्रश्न होताच!

रात्री झोपताना एकदा शांतपणे डोळे मिटून घेतले आणि गुरुदेवांची आराधना केली. संपूर्ण समर्पित भावनेने सर्वकाही त्यांच्यावरच सोडणं हेच आता श्रेयस्कर होतं. तशीही आयुष्यातील प्रत्येक कठीण प्रसंगामध्ये त्यांनीच माझी साथ दिली होती. पण यावेळी प्रसंग जीवावर बेतणारा होता. आणि आयुष्याचं दान मीच त्यांच्याकडे मागू शकत नव्हतो. शेवटी भगवंतालादेखील जन्म आणि मृत्यूच्या फेऱ्यामध्ये हस्तक्षेप करणं योग्य वाटणार नाही याची मला पूर्ण कल्पना होती. त्यामुळे मी फक्त माझं संपूर्ण समर्पण त्यांच्या चरणी ठेवलं आणि आता जे काही होईल ते स्वीकारायचं ठरवलं! काही वेळातच मला झोप लागली आणि त्या रात्री पूर्णवेळ एकदाही मला ताप आला नाही. खोकल्याची उबळही आली नाही. मी शांत झोपी गेलो होतो!

सकाळी जाग आली तेव्हा अचानकच हलकं वाटू लागलं होतं. बरेच दिवसानंतर डोक्यावरचा भार कमी व्हावा तसं डोकं एकदम शांत जाणवू लागलं होतं. रात्रभर ताप नव्हताच त्यामुळे घामही बेताचाच आला होता. अर्थातच शरीरामधील कमी होणारी पाण्याची पातळीही आज ठीक असावी असे वाटले. सोळाव्या दिवशी पहिल्यांदाच मला सकाळी उठल्यावर थोडं फ्रेश वाटत होतं. अर्थात ऑक्सिजन अजूनही सुरूच होता पण यादिवशी सकाळी डॉक्टरनी ऑक्सिजन सप्लाय बंद करून निरीक्षण करायला सांगितले. त्याप्रमाणे मी ऑक्सिजन मास्क वापरणे

बंद केले. सुरुवातीला ऑक्सिजन सपोर्टशिवाय माझ्या शरीरातील ऑक्सिजनची पातळी ९० टक्क्यांपर्यंत राहू लागली. मलाही थोडे बरे वाटत असल्याने रात्री वाटत असणारा अस्वस्थपणा आता जाणवत नव्हता. उलट मी सकाळपासूनच वाचनासाठी पुस्तक हातात घेतले आणि वाचनाचा प्रयत्न करू लागलो. अर्थात चार-पाच दिवसांपासून जवळ बाळगलेले पुस्तक उघडण्याच्याही मनःस्थितीमध्ये मी नव्हतो. पण आता मी ते वाचू लागलो तसा उत्साह वाढत गेला. साधारण चार तासानंतर ऑक्सिजनची पातळी ९२ टक्क्यांपर्यंत वर आली. अशावेळी आपल्या प्रकृतीमध्ये होणारी सुधारणा हीच आपल्यासाठी एक नवी प्रेरणा ठरत असते याची जाणीवही तेव्हा झाली. हुरूप वाढत गेला आणि त्याचक्षणी मी ठरवलं की आता पुन्हा ऑक्सिजन मास्कचा आधार घ्यायचा नाही. आज पहिल्यांदा मी दुपारच्या जेवणामध्ये थोडी भाजी व आमटी खाऊ शकलो, त्यामुळे कोरडी चपाती व भात खाण्याच्या केविलवाण्या अवस्थेमधून माझी सुटका झाली. पोटात योग्य प्रमाणात अन्न जाताच आणखी बरे वाटू लागले. दुपारी थोडा वेळ विश्रांती घेऊन संध्याकाळी पुन्हा पुस्तक वाचत बसलो. खरं सांगायचं तर वाचनातूनही माझी मानसिक शक्ती वाढत होती. थकवा होताच पण आज दिवसभरात एकदाही ताप आला नव्हता. खोकला अधूनमधून येत होता पण पूर्वी सहन केलेल्या त्रासापेक्षा हा अत्यंत किरकोळ वाटावा इतका होता. माझा उत्साह वाढत चालला होता. नव्या आयुष्याच्या वाटा आता मला खुणावू लागल्या होत्या. एका फार मोठ्या मृत्युसंकटातून आता आपली सुटका झाली आहे असे प्रकर्षाने जाणवू लागले. त्या रात्री सोळा दिवसांत पहिल्यांदा मला पूर्ण जेवण जेवता आले. पोट भरलं तशी समाधानाची भावना अधिकच दृढ झाली. झोपण्यापूर्वी माझा पुन्हा एकदा स्वाब घेण्यात आला. तोपर्यंत ऑक्सिजनची पातळी ९३-९४ टक्क्यांपर्यंत वाढली होती. त्या रात्री मी पुन्हा एकदा गुरुदेवांचे स्मरण केले आणि या नव्या आयुष्याबद्दल फक्त त्यांचे आभार मानले.

१७ व्या दिवशीची सकाळ माझ्यासाठी शुभवार्ता घेऊनच आली. माझा कोविड १९ स्वाबचा रिपोर्ट निगेटिव्ह आहे असे मला हॉस्पिटल मॅनेजमेंटने कळवले आणि आज माझा डिस्चार्ज होईल असेही सांगितले. साधारण ३० तासांपूर्वी अस्वस्थ आणि साशंक असणारा मी; इतक्या पटकन परिस्थिती बदलेल यावर विश्वस ठेवणं कठीणच होतं. पण मनातील सर्व द्वंद्वांना पूर्णविराम देण्याची वेळ आता आली होती. आता वेळ होती परत सुखरूप घरी जाण्याची! आतुरतेने वाट पाहणाऱ्या आपल्या पत्नी व मुलाला भेटण्याची! खरंतर सर्व नातेवाईक, आप्तेष्ट, मित्रमंडळी आणि संबंधितांना आतुरता होतीच परंतु जिच्या धैर्याच्या आणि श्रद्धेच्या बळावर मी या मृत्यूतांडवला तोंड देऊ शकलो ती माझी पत्नी श्रद्धा आणि ज्याचा निरागस चेहरा सातत्याने आयुष्य जगण्याची उमेद बनून माझ्या नजरेसमोर तरळत होता तो माझा चार वर्षांचा मुलगा शुभंकर; या दोघांच्यासाठी मला परत येणे भागच होते. आणि त्यामुळेच मी मृत्यशय्येवरून आयुष्याच्या पटरीवर पुन्हा परतत होतो. त्यांना भेटण्याची आतुरता वर्णनातीत अशीच होती.

या भयंकर वेदनांच्या प्रवासानंतर घरी परतल्यावर श्रद्धाने माझ्या हातात ठेवलेला फुलांचा गुच्छ आणि शुभंकरने अधीरतेने मारलेली मिठी हा माझ्या आयुष्यातील अविस्मरणीय असा ठेवा होता. मला पूर्वपदावर यायला पुढे अजून कित्येक दिवस लागणार होते. पण जे काही या १७ दिवसांत मी अनुभवले होते, त्यानंतर आयुष्याचे खरे मोल मला समजले होते. त्याचबरोबर आयुष्यातील प्रत्येक व्यक्तिचे महत्त्वही याच १७ दिवसांनी अधोरेखित केले होते.

नियतीचं दान कुणाच्या पारड्यात काय पडेल हे सांगणं तसं कठीणच असतं, किंबहुना अशक्य ! आपण फक्त साक्षीदार असतो घडणाऱ्या प्रत्येक घटनेचे! जे काही आपल्या पारड्यात पडले आहे ते स्वीकारण्याशिवाय दुसरा काहीच पर्याय आपल्याकडे नसतो. पण एका अनामिक क्षणी हेच दान नाकारण्याची, याचा अस्वीकार करण्याची आणि नियतीच्या विरोधात जाऊन आपल्या अस्तित्वासाठी झगडण्याची

एक संधी आयुष्य आपल्याला देत असतं. ज्याने हा क्षण घट्ट पकडून ठेवला तो आपलं दान स्वतः ठरवतो आणि ज्याच्या हातून हा क्षण सुटला तो नियतीच्या चक्रामध्ये गुरफटत जातो. अगदी कायमचा...!

नियतीच्या अघोरी योजनांना छेद देण्याचं सामर्थ्य माझ्यामध्ये निर्माण करण्यासाठी एक शक्ती नियमितपणे झटत होती. प्रेम, विश्वास आणि सद्भावनांच्या जोरावर असाध्य आणि अशक्य असं काय आहे ? यांच्याच बळावर आज मीही एक नवीन प्रवास सुरु करत आहे... एक गरुडभरारी घेत आहे... आयुष्याच्या उत्तुंग आकाशात...!

✳✳✳✳✳

लेखकाचा परिचय

डॉ. ऋषिकेश जाधव

बी.ए., एम्.एस्; एम्.डी. (आयु)

- स्वर्णायु आयुर्वेद चिकित्सालय, कोल्हापूर येथे १५ वर्षांपासून मुख्य आयुर्वेद चिकित्सक म्हणून कार्यरत
- शुभंकर पब्लिकेशन्स प्रा. लि. या प्रकाशन संस्थेचे कार्यकारी संचालक
  'स्वर्णायु' या वार्षिक आरोग्य विशेषांकाचे मुख्य संपादक
- संवेदना फौंडेशन, कोल्हापूर या रस्ते अपघात आणि वाहतूक सुरक्षेसंदर्भात जनजागृती करणाऱ्या सेवाभावी संस्थेचे सचिव म्हणून कार्यरत
- कॅन्सरमुक्त समाजाचे ध्येय समोर ठेवून, कॅन्सरमुक्ती अभियाना अंतर्गत गेल्या दोन वर्षांहून अधिक काळ कॅन्सर रुग्णांमध्ये मोफत आयुर्वेद उपचार व कॅन्सरविषयी जनजागृतीसाठी विविध माध्यमांमधून लेख व व्याख्यानांचे आयोजन

साहित्यिक वाटचाल :

- 'नज़्म – ए – ऋषि' हा हिंदी कविता आणि गझलांचा संग्रह
- '१७ दिवस: एक द्वंद्व' – स्वानुभवावर आधारित कोविड १९ च्या संसर्गादरम्यानचा आत्मकथनपर प्रवास
- 'मला मुलगी हवीय' : स्त्रीभ्रूणहत्येवर भाष्य करणारी कादंबरी (प्रकाशनाच्या वाटेवर)
- 'विस्मरण' : अल्झायमर या भयंकर आजारावर भाष्य करणारी कादंबरी (प्रकाशनाच्या वाटेवर)
- 'नाव हरवलेला माणूस' : लघुकथा संग्रह (प्रकाशनाच्या वाटेवर)

संपर्क :

६, मेथाराम अपार्टमेंट, सुर्वे कॉलनी,
ताराबाई पार्क, कोल्हापूर – ४१६००३
ई–मेल : dr.hbjadhav@gmail.com
फोन : **9370708585**